बिटकॉइन

आभासी चलनाची अद्भुत दुनिया

अतुल कहाते

सकाळ प्रकाशन

सकाळ प्रकाशन

Bitcoin : Aabhasi Chalanachi Adbhut Duniya

बिटकॉइन : आभासी चलनाची अद्भुत दुनिया

लेखक : अतुल कहाते

प्रथम आवृत्ती : जानेवारी २०१८

मुखपृष्ठ : किरणकुमार पवार

अक्षरजुळणी आणि मांडणी : अश्विनी महाजन

प्रकाशक : सकाळ मीडिया प्रा. लि.
५९५, बुधवार पेठ,
पुणे ४११ ००२

ISBN : 978-93-86204-97-4

संपर्क : ०२०-२४४० ५६७८ / ८८८८८ ४९०५०
sakalprakashan@esakal.com

अत्यंत जवळचा मित्र आणि अनेक प्रकल्पांमधला साथीदार असलेला

उमेश आहेरवाडीकर आणि

स्वप्ना आहेरवाडीकर

यांना

प्रस्तावना

जगाच्या आर्थिक इतिहासात २०१७ हे वर्ष 'क्रिप्टोकरन्सीज' अथवा 'आभासी चलनांचे वर्ष' म्हणून नोंदले जाईल यात शंका नाही. ज्या वर्षात सोन्याने सुमारे ९ टक्के परतावा दिला व शेअरबाजाराने ३० टक्के परतावा मिळवून दिला, त्याच वर्षांत 'बिटकॉइन' आणि 'लाईटकॉइन' या दुसऱ्या तशाच चलनाने व काही गुंतवणूकदारांना ५७०० टक्के परतावा मिळवून दिला आणि त्यामुळेच जगात सर्वत्र या चलनांचा बोलबाला सुरू आहे. अशा वेळीच 'सकाळ प्रकाशन' व सिद्धहस्त लेखक श्री. अतुल कहाते यांनी *बिटकॉइन : आभासी चलनाची अद्‌भुत दुनिया* हे पुस्तक वाचकांच्या हाती ठेवून लोकशिक्षणाची महत्त्वाची कामगिरी बजावली आहे.

'बिटकॉइन' हे एक आभासी चलन आहे. म्हणजेच आपल्या नेहमीच्या चलनाप्रमाणे ते डोळ्यांना दिसत नाही किंवा हाताळता येत नाही. या चलनाची प्रत्यक्ष निर्मिती व वापर २००९पासून सुरू झाला असला तरी त्याआधी अनेक वर्षे या चलननिर्मितीची प्रक्रिया सुरू होती. त्यासाठी जगभरातील अनेक संगणकतज्ज्ञांनी अपार कष्ट केले आहेत. या चलनाचे वैशिष्ट्य असे की, हे चलन कोठल्याही देशाच्या अथवा मध्यवर्ती बँकेच्या नियंत्रणाखाली नाही. २००८मध्ये जगासमोर आलेल्या 'सबप्राईम'च्या भानगडीमुळे जगातील अनेक अर्थव्यवस्था मंदीच्या गर्तेत ढकलल्या गेल्या. या अर्थव्यवस्थांना पुन्हा एकदा चालना मिळावी म्हणून जगातील प्रमुख देशांनी जणूकाही नोटा छापायचा कारखानाच सुरू केला. त्यामुळे अनेक देशांच्या कागदी चलनाचे अवमूल्यन झाले व लोकांची क्रयशक्ती कमी झाली. या प्रकारची पुनरावृत्ती होऊ नये म्हणून बिटकॉइनसारख्या नियंत्रणविरहित व

मर्यादित पुरवठा असलेल्या आभासी चलनाची निर्मिती करण्यात आली. या चलनाच्या निर्मितीचे श्रेय सातोशी नाकामोटो या व्यक्तीला देण्यात येत असले तरी ही व्यक्ती प्रत्यक्षात अस्तित्वात आहे, की हे टोपणनाव आहे अथवा संगणकतज्ज्ञांच्या समूहाचे नाव आहे, हे अद्यापही स्पष्ट झालेले नाही. लेखकाने बिटकॉइनच्या निर्मितीमागील पार्श्वभूमी व प्रत्यक्ष निर्मितीची प्रक्रिया या पुस्तकाद्वारे वाचकांपुढे अतिशय मनोरंजक पद्धतीने उलगडून दाखवली आहे.

बिटकॉइन या आभासी चलनाला विश्वासार्हता प्राप्त व्हावी व या चलनातील व्यवहार सुरक्षितपणे व गुप्तता बाळगून करता यावेत यासाठी या चलनाच्या निर्मितीसाठी व वापरासाठी ब्लॉकचेन तंत्रज्ञानाचा वापर प्रभावीपणे करून घेण्यात आला आहे. या तंत्रज्ञानाच्या वापरामुळे बिटकॉइनमध्ये केलेले व्यवहार पुसून टाकता येत नाहीत अथवा त्यात बदल करता येत नाही. या पुस्तकात लेखकाने, आपल्या नेहमीच्या व्यवहारातील उदाहरणे देऊन ब्लॉकचेनची अतिशय अवघड संकल्पना सोपी करून समजावून सांगितली आहे.

'व्यवहारातील गुप्तता' ही एक दुधारी तलवार आहे. आर्थिक व्यवहार सुरक्षितरीत्या करता येण्यासाठी त्याबद्दल गुप्तता बाळगणे आवश्यक असले तरी काही गुन्हेगारी प्रवृत्तीची माणसे या गुप्ततेचा फायदा, अमली पदार्थ, शस्त्रास्त्रे अशा घातक पदार्थांच्या खरेदी-विक्रीसाठी तसेच काळा पैसा दडवण्यासाठी करून घेऊ शकतात. नेमके हेच सध्या घडताना दिसत आहे, आणि त्यामुळे जगभरातील सरकार आणि आर्थिक नियामकांची झोप उडाली आहे. सुमारे साडेचार वर्षांपूर्वी *सकाळ*च्या माध्यमातून आभासी चलनांबाबत सरकारने सुस्पष्ट धोरण जाहीर करण्याची आवश्यकता असल्याचे सांगितले होते; परंतु अजूनही याबाबत धोरण निश्चित करण्यात आलेले नाही. गंमत म्हणजे बिटकॉइन हे चलन आहे की गुंतवणुकीचा प्रकार याबाबत सरकारमध्ये एकमत झालेले दिसत नाही. रिझर्व्ह बँक म्हणते, या चलनाला सरकारने अथवा रिझर्व्ह बँकेने मान्यता दिली नसल्याने, तसेच हा एक गुंतवणुकीचा प्रकार असल्याने याचे नियंत्रण 'सेबी'ने करावे; तर 'सेबी' म्हणते, की बिटकॉइन व तत्सम आभासी चलनांचा वापर चलन म्हणून होत असल्याने त्याचे नियंत्रण रिझर्व्ह बँकेने करावे. शेवटी ही टोलवाटोलवी संपवून सरकारचे स्पष्ट धोरण बनवण्यासाठी एक अभ्यासगट नेमण्यात आला आहे. परंतु मध्यंतरीच्या काळात या आभासी चलनांच्या स्वरूपात अनेक व्यवहार झालेले आहेत, ते कायदेशीर समजायचे का, हा प्रश्न उरतोच. याशिवाय, आभासी चलनांमधून भरघोस परतावा मिळवून देण्याचे

आमिष दाखवून अनेक धूर्त मंडळी, लोभी अथवा भोळसट लोकांकडून पैसे गोळा करत आहेत व अशा 'पॉन्झी' योजनांद्वारे सर्वसामान्य लोकांची फसवणूक झाल्यास त्याला जबाबदार कोण व अशा फसवणूक झालेल्या लोकांनी दाद कोणाकडे मागायची, हेसुद्धा सध्यातरी स्पष्ट नाही.

जागतिक पातळीवर ही 'क्रिप्टोकरन्सीज' अथवा बिटकॉइनबद्दल तज्ज्ञमंडळी टोकाची भूमिका घेताना दिसतात. गुंतवणूक गुरू वॉरन बफे अशा चलनांना मृगजळाची उपमा देतात व हा एक मोठा बुडबुडा अथवा फुगा असून तो कधी ना कधी फुटणार असे म्हणतात. अनेक आर्थिक तज्ज्ञांनी बिटकॉइनची तुलना १६३७च्या नेदरलँडमधील 'ट्युलिप मॅनिया' अथवा १७२०मधल्या 'साऊथ सी बबल' अथवा १९९९मधल्या 'डॉट कॉम बबल'बरोबर केली आहे. जेपी मॉर्गन चेस या मोठ्या अमेरिकन कंपनीचे अध्यक्ष जेमी डिमॉन यांनी आभासी चलनांना 'फ्रॉड' म्हटले आहे व ही चलने म्हणजे गुन्हेगारी व अफरातफर करणाऱ्यांसाठी एक सुवर्णसंधी असल्याचे म्हटले आहे.

याउलट, आंतरराष्ट्रीय नाणेनिधीच्या व्यवस्थापकीय संचालक ख्रिस्तिन लगार्ड यांनी बिटकॉइन अथवा आभासी चलनाच्या संकल्पनेत दम असून भविष्यकाळात आंतरराष्ट्रीय नाणेनिधी अशा प्रकारचे चलन जारी करू शकतो, असे सूतोवाच केले आहे.

लेखक श्री. अतुल कहाते यांनी बिटकॉइन या आभासी नाण्याच्या दोन्ही बाजू वाचकांसमोर वस्तुनिष्ठरीत्या मांडल्या आहेत. अशा प्रकारच्या चलनांमध्ये व्यवहार किंवा गुंतवणूक करण्याचा निर्णय प्रत्येकाने आपापल्या जबाबदारीवर घ्यावा. रिझर्व्ह बँकेने अशी सूचना तीन वेळा दिली आहे. जोपर्यंत केंद्र सरकार, रिझर्व्ह बँक व सेबी अशा चलनांना कायदेशीर चौकट उपलब्ध करून देत नाही, तोपर्यंत बिटकॉइनसारख्या आभासी चलनांच्या अद्भुत दुनियेत सफर करताना सावधगिरी बाळगणेच हितावह ठरेल, असे वाटते.

– अतुल सुळे

अर्थतज्ज्ञ, बँकिंग तज्ज्ञ

मनोगत

'बिटकॉइन' हा शब्द काही वर्षांपूर्वी ऐकल्यापासून त्याविषयी कुतूहल वाटत होतं. आर्थिक क्षेत्राशी संबंधित असलेल्या सॉफ्टवेअर कंपन्यांमध्ये काम करत असताना चलन, रकमांची ऑनलाईन देवाणघेवाण, निरनिराळ्या देशांमधल्या अर्थव्यवस्था आणि त्यामधले बारकावे, हे काही प्रमाणात अनुभवायला मिळालं होतं. तसंच आर्थिक विषयांवरच्या लिखाणामुळे इतर अनेक तपशील आणि इतिहास हेही अभ्यासलं होतं. काही वर्षांपूर्वी 'डिजिकॅश' नावाची आभासी चलनाची संकल्पना जन्मली, तेव्हा आपल्याला प्रत्यक्षात न दिसणाऱ्या चलनाला भविष्यात मागणी येईल असं वाटलं होतं. बिटकॉइनच्या रूपानं याचा पुनर्जन्म झाला असं वाटायला लागलं.

सुरुवातीला बिटकॉइनमध्ये आर्थिक तसंच तंत्रज्ञान क्षेत्रात काम करत असलेल्या लोकांखेरीज इतरांना फारसा रस नसावा, असं चित्र दिसत होतं. हा नेमका काय प्रकार आहे याचीही कुणाला फारशी कल्पना नव्हती. एकूणच तंत्रज्ञानाच्या विश्वात अनेक खुळं जन्मतात आणि त्यांचा अकाली अंत होतो; तसाच हा प्रकार असावा अशी बहुतेकांची समजूत होती. या समजुतीत तथ्यही होतं. अनेक गोष्टी डोक्यावर घेतल्या जातात आणि काही कळायच्या आधी त्या इतिहासजमा होतात, असं आताचं जग आहे. या पार्श्वभूमीवर बिटकॉईनचं फार काही वेगळं होईल, असं वाटत नव्हतं.

२०१६च्या अखेरीला भारताचे पंतप्रधान नरेंद्र मोदी यांनी नंतर अत्यंत वादग्रस्त ठरलेल्या नोटाबंदीची घोषणा केल्यापासून मात्र बिटकॉइनविषयी हलक्या आवाजात भारतातसुद्धा बोललं जायला लागलं. ठिकठिकाणचे काळे पैसे बाहेर आले. ते

बँकांमध्ये भरले गेले, सोनंखरेदीसाठी वापरले गेले, इतरांकरवी बदलण्यात आले; तसेच बिटकॉइनमध्येही गुंतवण्यात आले. बिटकॉइन हे एक आभासी चलन असून त्यामध्ये आपण गुंतवणूक करू शकतो, हे लोकांना उमगलं. तसंच आपला बेहिशेबी पैसा यात लपवणं शक्य असल्याचं, असा पैसा बाळगणाऱ्यांना समजलं. बिटकॉइन भारतातही प्रकाशझोतात आलं.

यानंतरचा बिटकॉइनचा भारतामधला प्रवास अवाक् करून सोडणारा आहे. जवळपास वर्षभरात बिटकॉइनमध्ये गुंतवणूक करणाऱ्या माणसांनी दोन दशकांमध्ये मिळू शकणार नाही, इतका नफा कमावला आहे. एक लाख रुपये गुंतवणाऱ्या माणसाचे, बिटकॉइननं वर्षभरात १५-१६ लाख रुपये करून दाखवले आहेत. आपोआपच सर्वसामान्य माणूसही याकडे ओढला गेला आहे. अलीकडे अनेक युवक लोभापोटी दिवसभर बिटकॉइनच्या व्यवहारांमध्ये गुंतलेले असल्याचं बोललं जातं आहे. कुठलंही काम न करता किंवा असलेलं काम सोडून काही लोक यामागे लागलेले आहेत. शेअरबाजारात गुंतवणूक करणारे लोकही काही प्रमाणात बिटकॉइनकडे वळले आहेत. सोनं खरेदी न करता बिटकॉइन खरेदी करावी, असंही मत आता प्रदर्शित होताना दिसतं. एकूणच बिटकॉइन हा प्रकार प्रचंड चर्चेत आहे. सुप्रसिद्ध अभिनेता अमिताभ बच्चन यांची बिटकॉइनशी संबंधित असलेली गुंतवणूक किती प्रचंड वाढली अशी बातमी छापून आली आणि त्यापाठोपाठ ती गुंतवणूक कशी घसरली याची बातमीही लगेचच आली.

पैसा, चलन, गुंतवणूक या गोष्टींविषयी प्रत्येक माणसाच्या मनात सुप्त आकर्षण असतं. अनेक जणांना हे सगळं गूढ वाटतं, तर अनेकांना त्याची भीती असते. या सगळ्यात आता बिटकॉइनची भर पडली आहे. त्यापाठोपाठ बिटकॉइनसारखी इतरही आभासी चलनं बाजारात दाखल झालेली आहेत. सातत्यानं त्याविषयी बातम्या येत असतात. भारत सरकार, रिझर्व्ह बँक ऑफ इंडिया, अनेक अर्थतज्ज्ञ, वॉरन बफे आणि चार्ली मंगर यांच्यासारखे जगविख्यात गुंतवणूकदार या सगळ्यांनी बिटकॉइनविषयी इशारे दिलेले असूनही सर्वसामान्य माणसांना बिटकॉइनची संकल्पना आकर्षून घेत आहे.

म्हणूनच सर्वसामान्य मराठी वाचकासमोर बिटकॉइन आणि त्या निमित्तानं एकूणच आभासी चलनाचा विषय उलगडून सांगण्याचा हा प्रयत्न केला आहे. शक्य तितक्या सोप्या शब्दांमध्ये बिटकॉइनचं गूढ उलगडून दाखवणं आणि त्याचबरोबर बिटकॉइनच्या मार्गातले खाचखळगे स्पष्ट करणं, हा दुहेरी हेतू या पुस्तकाच्या लिखाणामागे आहे. तो किती यशस्वी झाला, हे अर्थातच वाचकांनीच ठरवायचं आहे.

या पुस्तकाच्या निर्मितीच्या संकल्पनेपासून त्याच्या पूर्णत्वापर्यंत सातत्यानं प्रयत्न करणाऱ्या 'सकाळ प्रकाशन'च्या संपादक ऐश्वर्या कुमठेकर यांचे मन:पूर्वक आभार. त्यांच्याबरोबर या पुस्तकाच्या संपादनाचं काम करणाऱ्या वर्षा राऊत यांचं ऋण इथे नमूद करतो. याखेरीज, या पुस्तकाचं मुखपृष्ठ बनवणारे किरणकुमार पवार, मुद्रितशोधन आणि मांडणी करणाऱ्या अश्विनी महाजन यांनाही धन्यवाद. *सकाळ* वर्तमानपत्राच्या अर्थविभागाची जबाबदारी सांभाळणारा माझा लहानपणपासूनचा मित्र मुकुंद लेले नेहमीच मोठ्या उत्साहानं पाठीशी असतो, त्याचेही आभार. तसंच पुस्तकाला उत्कृष्ट प्रस्तावना लिहून दिल्याबद्दल श्री. अतुल सुळे यांनाही धन्यवाद.

– अतुल कहाते

अनुक्रमणिका

पैसा आणि चलन यांची संकल्पना

जुन्या काळी माणसानं शिकार करून आपलं पोट भरण्याच्या पद्धतीमध्ये सुधारणा करून शेतीवर भर दिल्यापासून त्याचं अर्थकारणही बदललं. माणसाला वेगवेगळ्या वस्तूंची गरज भासायला लागली. त्यामुळे आपल्याकडची वस्तू दुसऱ्याला द्यावी आणि त्याच्याकडची वस्तू आपण घ्यावी, अशा प्रकारच्या वस्तूंच्या देवाणघेवाणीचा म्हणजेच 'बार्टर' व्यवस्थेचा उदय झाला. फ्रेंच भाषेत barater असा एक शब्द 'देवाणघेवाण' तसंच 'फसवणूक' अशा दोन्ही अर्थी वापरला जातो. त्यापासून 'बार्टर' (barter) शब्दाचा उगम झाला असण्याची शक्यता आहे. अर्थातच कुठली वस्तू किती 'मौल्यवान' आहे हे अंदाजपंचे ठरवलं जाऊन त्यानुसार देवाणघेवाणीचं प्रमाणही ठरवलं जाई. सुरुवातीला बहुतेक वेळा भरघोस असलेलं मक्याचं पीक या देवाणघेवाणीमधलं महत्त्वाचं माध्यम म्हणून वापरलं जाई. उदाहरणार्थ, एका फावड्याच्या मोबदल्यात दोन पोती मका, असे सौदे केले जात. त्यानंतर माणसानं गाय, म्हैस, बैल, शेळी, मेंढी, कोंबडी वगैरे प्राण्यांनाही माणसाळवल्यानंतर त्यांचा या देवाणघेवाणीत मक्याऐवजी 'चलन' म्हणून वापर सुरू

झाला. म्हणूनच Cattle आणि Capital या दोन शब्दांचा उगम लॅटिन भाषेतल्या एकसारख्या शब्दांमध्ये सापडतो आणि त्यातून उद्योगासाठीचा भांडवल तसंच गाईगुरं यांच्यामधला संबंध दिसून येतो.

अर्थात, देवाणघेवाणीची ही व्यवस्था वरवर वाटते तितकी सोपी नसते. यामागचं मुख्य कारण म्हणजे आपल्याकडे जी वस्तू असेल ती इतरांना हवीच असेल असं नाही. उदाहरणार्थ, समजा आपल्याकडे अंडी आहेत आणि आपल्याला मीठ हवं असेल तर आपल्याला अंड्यांची गरज असलेला दुसरा एखादा माणूस शोधणं भाग आहे. त्यात एक पंचाईत अशी, की असा माणूस सापडला तरी त्या माणसाकडे आपल्याला देण्यासाठी मीठ असलं पाहिजे. याच्या उलट प्रकार म्हणजे एखाद्या माणसाकडे मीठ असेल, पण त्याला मिठाच्या मोबदल्यात अंड्याऐवजी साखर हवी आहे असाही प्रकार आपल्या दृष्टीनं निरुपयोगी आहे. हा प्रकार विलक्षण किचकट वाटत असेल तर आपण सध्या फक्त अंडी, मीठ आणि साखर या तीनच पदार्थांविषयी बोलत आहोत हे लक्षात घेणं गरजेचं आहे. यात आणखी वस्तूंची भर पडत गेली की प्रकरण आणखीनच क्लिष्ट होतं. तसंच पदार्थांच्या किंवा वस्तूंच्या देवाणघेवाणीचं प्रमाणही निश्चित करणं आपल्या दृष्टीनं गरजेचं आहे. म्हणजेच किती मिठाच्या बदल्यात किती अंडी किंवा किती मधाच्या बदल्यात किती तूप हे सगळं ठरवलं पाहिजे. जर असे तीनच पदार्थ असतील तर आपल्याला त्यांच्या देवाणघेवाणीसाठीचे एकंदर सहा दर ठरवावे लागतील. उदाहरणार्थ, अंडी, मीठ आणि साखर असे तीन पदार्थ आपण विचारात घेतले तर अंडी-मीठ, अंडी-साखर, मीठ-साखर तसंच याच्या उलट मीठ-अंडी, साखर-अंडी आणि साखर-मीठ यांच्या देवाणघेवाणीसाठीचे दर उपलब्ध असले पाहिजेत. आता अशा तीनऐवजी शंभर पदार्थांचा आपण विचार केला तर आपल्याला देवाणघेवाणीसाठीचे एकंदर तब्बल ४,९९,५०० दर ठरवावे लागतील!

देवाणघेवाणीच्या या पद्धतीचा दुसरा मुख्य तोटा म्हणजे यातले व्यवहार ठरावीक प्रमाणातच करावे लागतात. उदाहरणार्थ, समजा देवाणघेवाणीमधली एक वस्तू म्हणून शेळीसारखा प्राणी किंवा कुंभाराचं चाक अशा गोष्टींचा आपण विचार केला तर 'पाव शेळी' किंवा 'अर्धं चाक' अशा प्रमाणात देवाणघेवाण कशी काय करणार? अख्खी शेळी किंवा अख्खं चाक घेणारं कुणी भेटलं तरच हा व्यवहार पूर्ण होऊ शकेल! तसंच 'निम्मं अंडं' कसं देणार? या सगळ्या अडचणींचा सामना करताकरता माणसाला दर वेळी वस्तूंची देवाणघेवाण करणं जमण्यासारखं नाही, हे लक्षात आलं आणि त्यातून सगळ्या

वस्तूंची किंमत एका ठरावीक प्रमाणात निश्चित करणं गरजेचं वाटायला लागलं. यातूनच पैसा आणि चलन या गोष्टींचा जन्म झाला. वेगवेगळ्या संस्कृतींमध्ये स्वतंत्र पद्धतीनं पैसा जन्मला. तरीही, सुरुवातीला बहुतेक ठिकाणी नेहमीच्या वापरातल्या एक-दोन वस्तूंचा चलन म्हणून वापर मान्य झाला.

सुरुवातीला चीन, उत्तर आफ्रिका आणि इतर काही ठिकाणी काही काळ चलन म्हणून मीठ वापरलं जाई. तसंच मिठाचं म्हणजेच तेव्हाच्या चलनाचं प्रमाण मुद्दाम कमी ठेवून फसवणूक करण्याचे प्रकार टाळण्यासाठी या मिठाला अगदी जाडसर आवरणामध्ये गुंडाळलं जाई. पगार या शब्दाला इंग्रजीमध्ये salary तर इटालियन, स्पॅनिश आणि पोर्तुगीझ भाषांमध्ये salario असं म्हणतात. हे शब्द sal या लॅटिन शब्दापासून तयार झाले आहेत. त्यातूनच salt हा इंग्रजी शब्द जन्मला आणि अर्थातच त्याचा मराठीमधला अर्थ 'मीठ' असा होतो. म्हणजेच जुन्या काळातल्या मिठाच्या चलनासारख्या वापरातूनच पगारासाठीचे हे शब्द आले आहेत. रोमन सैनिकांना त्यांचा पगार मिठाच्या स्वरूपात दिला जाई किंवा त्यांचं अगदी बेचव असलेलं अन्न चवदार करण्यासाठी त्यांना मीठ विकत घेता यावं म्हणून त्यांना पगार दिला जाई. यातूनही पगार म्हणजेच चलन आणि मीठ यांचा संबंध जोडला जातो. सुदानमध्ये तर घोडे, कपडे, गुलाम हे सगळं काही मिठाच्या मोबदल्यात मिळत असे. एका गुलामाची किंमत ही त्या गुलामाच्या पायाच्या आकाराएवढं मीठ इतकी असे. सहारा वाळवंटातलं मीठ अत्यंत शुद्ध आणि चवदार असल्यामुळे तसंच सुट्या पैशांप्रमाणे किंवा वेगवेगळ्या किमतीच्या नोटांप्रमाणे हव्या त्या आकारात मिठाची पोती तयार करता येत असल्यामुळे चलन म्हणून मिठाला खूप मान्यता असे.

याशिवाय माणसांचा आणि विशेषत: तरुण मुलींचा चलन म्हणून वापर करण्याचे अनेक प्रकार इतिहासामध्ये आढळतात. या तरुण मुलींचा गुलामगिरीबरोबरच शारीरिक शोषणासाठी वापर केला जाई. जास्त करून लालसर केस असलेल्या मुलींना जास्त भाव असे. त्या मानानं पुरुषांचा भाव कमी असे. खूप पूर्वी भारतात बदामांचा वापर चलन म्हणून केला जात असे. निकोबारच्या बेटावर नारळ हेच चलन असे. ग्वाटामालामध्ये धान्य, मंगोलियामध्ये चहा, फिलिपीन्स, जपान आणि बर्मा इथे तांदूळ, नॉर्वेमध्ये लोणी, अमेरिकेतल्या व्हर्जिनिया, मेरिलँड आणि नॉर्थ कॅरोलायना या राज्यांमध्ये तंबाखू अशी वेगवेगळी चलनं वापरली जात. त्या काळात ब्रिटिश साम्राज्याचा भाग असलेल्या अमेरिकेमध्ये हरणाची कातडी चलन म्हणून वापरली जाई. हरणांमधल्या नराला buck असं म्हणतात. त्यातूनच आजही पैशाला कित्येकदा buck असं म्हटलं जातं. उदाहरणार्थ,

This pen cost me 10 bucks म्हणजेच 'हे पेन मला दहा रुपयांना मिळालं' अशासारखं वाक्य आपण कधीतरी ऐकलं असेल.

त्यानंतर माणसाला धातूंचा शोध लागला आणि या धातूंपैकी सोनं हे देवाणघेवाणीमधलं प्रमुख चलन बनलं. धातूंची अनेक वैशिष्ट्यं त्यांचा चलन म्हणून वापर करण्यासाठी अत्यंत सोयीस्कर होती. एकतर बरेचसे धातू टिकाऊ असतात. दुसरं म्हणजे धातूंचे तुकडे पाडणं आणि त्या तुकड्यांचा कमी किमतीचं चलन म्हणून वापर करणं शक्य असतं. त्यामुळे धातूंचा चलन म्हणून होत असलेला वापर वाढत गेला. चलन म्हणून सुदानी लोकांनी लोखंडाचा वापर केला. चिनी लोकांनी कांस्य धातूचा वापर केला. या धातूपासून बनवलेले छोटे सुरेही चलन म्हणून वापरले जात. पुराणकाळातल्या इजिप्तमध्ये तांब्याचा चलनासाठी मोठ्या प्रमाणात उपयोग केला जाई. बर्मामध्ये शिसं चलन म्हणून वापरलं जाई. मलाय भागामधल्या लोकांना पत्र्याच्या मुबलकतेमुळे चलनातही त्याचाच उपयोग करायला सोपं जाई.

एकोणिसाव्या शतकामध्ये माणसाला ॲल्युमिनिअमचा शोध लागला आणि १८२५३ॐध्ये ॲल्युमिनिअम धातूला इतर धातूंपासून शुद्ध करून वेगळं करण्यातही यश मिळालं. १८५५मध्ये पॅरिसमधल्या एका प्रदर्शनामध्ये ॲल्युमिनिअम धातूला खास आकर्षण म्हणून सादर करण्यात आलं. त्या काळात ॲल्युमिनिअम हा धातू सोन्यापेक्षाही जास्त मौल्यवान असतो असा गैरसमज पसरला होता. त्यामुळे काही काळ तिसरा नेपोलियन महत्त्वाच्या प्रसंगांच्या वेळी आपलं जेवण सोन्याच्या ताटलीऐवजी ॲल्युमिनिअमच्या ताटलीमध्ये घेत असे! पण नंतरच्या काळात ॲल्युमिनिअम मुबलक प्रमाणात उपलब्ध असतं आणि त्यामुळे ते इतकं दुर्मीळ किंवा मौल्यवान नसतं असं माणसाच्या लक्षात आलं.

नंतरच्या काळात आणखी वेगवेगळ्या वस्तू चलन म्हणून वापरल्या जात असत. दुसऱ्या महायुद्धापर्यंत 'यॅप' बेटामध्ये चोरायला अवघड जावीत म्हणून जड दगडी चाकं तर अगदी याउलट ने-आण करायला सोपी म्हणून 'न्यू हेब्राईडज'मध्ये हलकी पिसं पैसा म्हणून वापरली गेली! मिळायला दुर्मीळ असल्यानं बोर्निओमध्ये माणसांच्या कवट्या पैसा म्हणून वापरल्या जात. विसाव्या शतकात युरोप आणि अमेरिका इथे जेव्हा महागाई प्रचंड प्रमाणात वाढली तेव्हा लोकांचा नोटांवरचा विश्वासच उडाला आणि बरीच वर्षं सिगारेट्स या पैसा म्हणून सररास वापरल्या गेल्या. दोन महायुद्धांच्या काळात जर्मनीमध्ये चलनफुगवटा हाताबाहेर जाऊन पैशाला कुठलीच किंमत उरली नाही तेव्हा तर सिगारेटचं

प्रतिचलन म्हणून असलेलं महत्त्व प्रचंडच वाढलं. चीनमध्ये चाकू आणि कुदळी या वस्तू पैसा म्हणून वापरत. पण त्याहीअगोदर चीनमध्ये शिंपल्यांचा उपयोग पैसा म्हणून केला जाई. पिसांचा वापर पैसा म्हणून काही भागात केला गेला. यात लाल रंगाच्या पिसांना सगळ्यात जास्त मौल्यवान मानलं जाई. जपानमध्ये शिंपले, हस्तिदंत, नॉर्वेमध्ये धान्य, मेक्सिकोत मका, अमेरिकेत केको नावाचं फळ आणि युरोपमध्ये बदाम हे पैसा म्हणून वापरले गेले! अबिसिनिया, सुमात्रा, मेक्सिको या देशांमध्ये मीठ तर सुमात्रामध्ये मेण, टार्टरीमध्ये चहा, मालागासी लोकांत लोखंडी कुदळी तर स्कॉटलंडमध्ये खिळे चलन म्हणून वापरले गेले. एके काळी भारत, सयाम आणि पश्चिम आफ्रिका इथे चक्क 'कवडी'ही पैसा म्हणून वापरली जायची. संस्कृतमध्ये तिला 'कपर्दिका' म्हणतात. ॲझटेक साम्राज्यामध्ये चॉकलेटचा वापर पैसा म्हणून केला जाई.

जगामध्ये पहिली नाणी कशी आली यामागची पार्श्वभूमीही महत्त्वाची आहे. चलन नसताना सुरे, तलवारी, कपडे अशा असंख्य गोष्टींची देवाणघेवाण लोक करत असत. यातून साधारणपणे ख्रिस्तपूर्व बाराव्या शतकात चीनमध्ये अशा वस्तूंची देवाणघेवाण करण्यापेक्षा या वस्तूंच्या छोट्या आकारांमधल्या प्रतीकांची देवाणघेवाण करण्याची कल्पना निघाली. त्यातून चाकूंची नाणी किंवा कापडाची नाणी असे प्रकार सुरू झाले. ही नाणी एकीकडून दुसरीकडे सहजपणे नेता यावीत यासाठी त्यांच्या मधल्या भागात छिद्र असे. या पोकळ भागात दोरा ओवून अशी नाण्यांची माळ बनवता येई. यात आणखी बदल होत गेले. साधारणपणे ख्रिस्तपूर्व २००च्या सुमाराला चाकूंच्या आकाराच्या नाण्यांमधला चाकूसारखा वक्र भाग नष्ट होत गेला आणि नाणी अधिकाधिक गोलाकार होत गेली. तसंच नाण्यांच्या मधला पोकळ गोलाकार भागही मोठा होत गेला. आणखी एक गंमत म्हणजे पैशांचा वापर जगभर झाला पाहिजे आणि यासाठी नाणी सगळीकडे फिरली पाहिजेत, याचा विचित्र अर्थ ती स्वत:भोवती फिरली पाहिजेत, असा लावत चिनी लोकांनी नाण्यांचा आकार गोल ठेवला.

ख्रिस्तपूर्व २०००पासून अस्तित्वात असलेल्या लिडिया प्रांतातल्या लोकांनी ख्रिस्तपूर्व सातव्या शतकात आपलं छोटं साम्राज्य उभं केलं. हिरोडोटस या इतिहासकाराच्या मते ख्रिस्तपूर्व ६४० ते ख्रिस्तपूर्व ६३० या काळात लिडियामध्ये प्रथमच नाणी तयार करण्यात आली. नैसर्गिकरीत्या सोनं आणि चांदी यांचं मिश्रण असलेल्या 'इलेक्ट्रम' नावाच्या धातूची छोट्या आकाराची ही नाणी होती. ही नाणी अधिकृत चलन म्हणून स्वीकारली जावीत यासाठी लिडियाच्या राजानं त्या नाण्यांवर सिंहाच्या मुंडक्याचं चित्र

कोरून घेतलं. यामुळे सोन्याचा चलन म्हणून वापर कमी झाला आणि त्यासाठी दर वेळी सोन्याचं वजन करत बसायची कटकट संपली. नुसती नाण्यांची संख्या मोजून आता आर्थिक व्यवहार पूर्ण करणं शक्य झालं. यातून फसवाफसवीचे प्रकारही कमी झाले. तसंच सोनं शुद्ध आहे का नाही यासंबंधीच्या अडचणींचा विचार करायची गरजसुद्धा आता उरली नाही. नंतरच्या काळात लिडियामध्ये इलेक्ट्रमऐवजी फक्त सोन्यापासून तयार करण्यात आलेल्या नाण्यांचा वापर सुरू झाला.

नंतरच्या काळात लिडियामधून ग्रीक शहरांमध्ये तसंच सिसिली आणि इटली इथे ही नाणी भराभर पसरली. कागदी चलन पहिल्यांदा चीनमध्ये अस्तित्वात आलं. प्राचीन काळात व्यापाऱ्यांना प्रवासात मोठी रक्कम बाळगण्यात जोखीमही वाटायची आणि नाण्यांच्या जास्त वजनामुळे ते अवघडही वाटायचं. अशा वेळी मग ते ही रक्कम एखाद्या विश्वासू माणसाकडे ठेवत. त्या बदल्यात तो त्यांना एका कागदावर पावती म्हणून त्या रकमेचा तपशील लिहून देई. यातूनच 'जिओझी' हे कागदी चलन इ.स. ६००मध्ये चीनमध्ये टँग राजवटीत पहिल्यांदा निर्माण झालं. ते हलकं असल्यानं सहज उडत असे. यावरूनच त्याला 'फ्लाईंग कॅश' असंही नाव पडलं. त्यानंतर ९६०मध्ये सॉंग आणि युआन राजवटींमध्ये कागदी चलनाचा वापर सुरू झाला.

या सगळ्या काळात सोन्याचं महत्त्व मात्र कायम टिकून राहिलं. कुठल्याही कागदी चलनाचं लोकांच्या मनातलं तसंच बाजारपेठेमधलं मूल्य घटल्यामुळे त्याचं झालेलं अवमूल्यन, बाजारपेठेमध्ये हे चलन खूप जास्त प्रमाणात उपलब्ध झाल्यामुळे झालेला चलनफुगवटा (इन्फ्लेशन) आणि त्यामुळे अर्थव्यवस्थेमध्ये वाढत चाललेली महागाई या गोष्टींच्या विरोधातलं शस्त्र म्हणजे सोनं असं मानलं जातं. विशेषत: भांडवलशाहीवादी आणि पुराणमतवादी (कॉंझर्व्हेटिव्ह) विचारसरणी असलेल्या लोकांना या संदर्भात सोनं खूपच मोलाचं वाटतं. कारण अशा विचारसरणीच्या लोकांचा मुख्य भर सरकारनं आपल्या अर्थकारणामध्ये तूट येऊ देता कामा नये आणि महागाई वाढू देऊ नये यावर असतो. पण जेव्हा परिस्थिती सरकारच्या हाताबाहेर जाऊन महागाई वाढते तेव्हा याचाच अर्थ अर्थव्यवस्थेमधलं चलनाचं प्रमाण वाढलं असा असतो; याउलट सोनं मात्र अगदी ठरावीक प्रमाणातच उपलब्ध असतं. म्हणजेच सोन्याच्या उपलब्धतेच्या तुलनेत चलनाची उपलब्धता वाढते. त्यामुळे महागाई वाढली की लगेच सोन्याकडे धाव घ्यावी असं हे लोक म्हणतात. म्हणजेच चलनाची उपलब्धता वाढून तिची खरी किंमत घसरली तरी सोनं जवळ बाळगल्यामुळे आपण महागाईशी लढू शकतो असं त्यांना वाटतं.

याचबरोबर आर्थिक मंदीच्या काळातही आपल्याजवळ सोनं बाळगणं चांगलं असं ही विचारसरणी मानते. सरकारचे आततायी निर्णय, राजकीय अनिश्चितता अशा गोष्टींच्या विरोधातलं शाही सोनंच असल्याचं हे लोक मानतात. साहजिकच, वेगवेगळ्या आर्थिक संकटांच्या काळांमध्ये लोक सोन्याकडे धाव घेतात. काही अघटित घडून एखाद्या देशाच्या अर्थकारणाचे तीनतेरा वाजले आणि तिथला शेअरबाजार, तिथल्या बँका, तिथल्या वित्तसंस्था हे सगळं कोसळलं तरीही सोन्यामध्ये केलेल्या गुंतवणुकीला काही होऊ शकत नाही, असं ही विचारसरणी सांगते. उलट, असं घडल्यावर सोन्याचा भाव वाढतच जातो. कारण इतर सगळ्या प्रकारच्या आर्थिक व्यवहारांवरचा लोकांचा विश्वास उडून गेलेला असतो. अर्थातच, सोन्याचे भाव सातत्यानं वर-खाली होत असल्यामुळे यावर किती विश्वास ठेवायचा हा प्रश्नच आहे.

पूर्वीच्या काळात तर अनेक देशांच्या अर्थव्यवस्थाच त्यांच्याकडच्या सोन्याच्या साठ्यांवर अवलंबून असायच्या. कुठल्या देशाकडे किती सोनं आहे त्या प्रमाणातच त्याला चलन छापता यायचं. तसंच त्या देशाच्या चलनाच्या मोबदल्यात कुणालाही ठरलेल्या दरांनुसार सोनं मागता यायचं. त्यामुळे एखाद्या देशाची अर्थव्यवस्था घसरणीला लागली आहे किंवा तिथलं सरकार बेजबाबदारपणे वागून देशाची आयात-निर्यात अशा गोष्टींकडे लक्ष देत नाही, असं वाटायला लागलं तर अनेक गुंतवणूकदार आपल्याकडचं स्थानिक चलन बँकांकडे घेऊन यायचे आणि त्याच्या मोबदल्यात सोनं मागायचे. त्यामुळे या देशामधल्या बँका आणि सरकार यांच्याकडचा सोन्याचा साठा कमी होत जायचा आणि चलनाचा साठा वाढायचा. साहजिकच सोनं आणि चलन यांच्यामधलं प्रमाण व्यस्त व्हायचं. त्यामुळे त्या देशाच्या चलनाच्या किमतीला काही अर्थ उरला नाही, असं लोक मानायला लागायचे. आपोआपच त्या देशाच्या चलनाच्या किमतीत घट यायची. त्या देशाला आपल्या अर्थव्यवस्थेमध्ये सुधारणा करणं भाग पडायचं. तसंच त्या देशाच्या चलनाची किंमत घसरल्यामुळे त्या देशाकडून वस्तू आयात करणं इतर देशांना स्वस्त व्हायचं. याउलट, अडचणीत सापडलेल्या देशाच्या चलनाची किंमत इतर देशांच्या चलनांच्या तुलनेत घसरलेली असल्यामुळे त्या देशाला इतर देशांकडून वस्तूंची आयात करणं खूप महाग पडायचं. असं होत होत अडचणीत सापडलेल्या देशाची निर्यात वाढायची, आयात कमी व्हायची आणि काही काळानंतर तो देश पुन्हा आर्थिकदृष्ट्या सुस्थितीत यायचा.

ही सगळी विचारसरणी कित्येक दशकं मान्य होत राहिली. त्यामुळे या प्रकारच्या

सोन्याच्या साठ्यांवर अवलंबून असलेल्या अर्थव्यवस्थेला 'गोल्ड स्टँडर्ड' असं म्हटलं गेलं. म्हणजेच सोनंच अर्थव्यवस्थेमध्ये किती चलन उपलब्ध असावं ही गोष्ट ठरवणार किंवा त्यासाठीचे निकष (स्टँडर्ड) ठरवणार असा त्याचा अर्थ होता; पण विसाव्या शतकामध्ये मात्र जॉन मेनार्ड केन्स या महान अर्थतज्ज्ञानं या 'गोल्ड स्टँडर्ड'ला जोरदार विरोध केला. सोन्याच्या प्रमाणावर चलनांचं प्रमाण ठरवणं आणि त्यानुसार अर्थव्यवस्थांना सोन्याच्या दावणीवर बांधणं म्हणजे निव्वळ मूर्खपणा असल्याचं केन्सचं मत होतं. याचं कारण म्हणजे आर्थिक अडचणीच्या काळात एखाद्या देशामध्ये बेकारी वाढली आणि आर्थिक मंदी आली असेल तर अशा वेळी 'गोल्ड स्टँडर्ड' काय सांगतो? अर्थातच या देशाच्या चलनाला काही किंमत उरलेली नाही असा अर्थ यातून लागतो. म्हणूनच या देशाच्या चलनाच्या किमतीत घट झाली असं मानलं जातं. म्हणजेच 'गोल्ड स्टँडर्ड'च्या तत्त्वांनुसार या देशानं आपल्याकडच्या चलनाच्या प्रमाणामध्ये घट केली पाहिजे. पण आधीच हा देश आर्थिक अडचणींमध्ये असताना या देशानं आपल्याकडच्या चलनाच्या प्रमाणात घट करायचा अर्थ काय होतो? तर याचा अर्थ म्हणजे या देशाच्या अर्थव्यवस्थेमध्ये आधीच नसलेलं चैतन्य आणखी कमी होणार. लोकांकडे असलेला पैसा घटणार. लोक खरेदी करणार नाहीत. बेकारी वाढणार. साहजिकच अर्थव्यवस्था आणखी मंदीकडे झुकणार. म्हणजेच अशा वेळी अर्थव्यवस्थेमधल्या चलनाचं प्रमाण घटून अजिबात चालणार नाही. उलट ते वाढलं पाहिजे. म्हणजे मग लोकांना खरेदी करण्याचा आत्मविश्वास येईल. उद्योगांना नवनव्या वस्तू बनवायचा आत्मविश्वास येईल. अर्थव्यवस्थेमध्ये चैतन्य येईल. देशामधली आर्थिक मरगळ दूर होईल.

'गोल्ड स्टँडर्ड'नुसार मात्र अर्थकारण चालवायचं असेल तर एखाद्या देशानं किती चलन बाजारात आणायचं यावर तर 'गोल्ड स्टँडर्ड'चा अंकुश असेल. म्हणजेच कुठल्याही देशाला मोकळेपणानं आपल्या इथल्या चलनाचं प्रमाण कमी-जास्त करायची परवानगीच मुळात 'गोल्ड स्टँडर्ड' देत नाही. याचाच अर्थ कुठलाही देश आर्थिक संकटात सापडलेला असेल तरी त्यानं आपल्याकडचं चलन वाढवायचं नाहीच, उलट ते कमी करायचं असं 'गोल्ड स्टँडर्ड' सांगतो. अशा वेळी या देशाला आणखी मंदीच्या गर्तेत घेऊन जाणाऱ्या या 'गोल्ड स्टँडर्ड'चा उपयोग काय असा प्रश्न केन्सनं उपस्थित केला. उलट कुठल्या देशानं किती चलन छापायचं हे त्या देशाला त्याच्या परिस्थितीनुसार मोकळेपणानं ठरवू द्यावं असं केन्सचं मत होतं. म्हणजेच 'गोल्ड स्टँडर्ड'वर असल्यामुळे कुठल्याही देशाचा फायदा तर अजिबात होत नाहीच; पण उलट त्या देशाला कृत्रिमपणे गुदमरवून टाकायचं काम मात्र

'गोल्ड स्टँडर्ड' करतो असं केन्सला म्हणायचं होतं.

दुसऱ्या महायुद्धानंतरच्या काळात केन्सचं म्हणणं अगदी योग्यच होतं असं दिसून आलं. पण म्हणून 'गोल्ड स्टँडर्ड'मध्ये काहीच अर्थ नसतो असं आपण मानायचं का? यावर अलीकडच्या काळात प्रचंड आक्षेप घेण्यात आले आहेत आणि त्यात तथ्यही आहे. जेव्हा कुठलीही अर्थव्यवस्था संकटात सापडते तेव्हा संबंधित देशाला ठरावीक प्रमाणातच चलन छापायच्या बंधनात अडकवणं चुकीचंच आहे. उलट त्या देशाला अशा वेळी अर्थव्यवस्थेमध्ये नवं चैतन्य ओतण्यासाठी मुक्तपणे पैसा ओतू दिला पाहिजे. इतकंच नव्हे तर अशा वेळी सरकारनं स्वत:हून वेगवेगळे उद्योग उभे करणं किंवा अर्थव्यवस्थेमध्ये नवी मागणी निर्माण करण्यासाठी आवश्यक असलेली सगळी पावलं उचलणं गरजेचं आहे. पण याच्यामध्ये एक अत्यंत महत्त्वाचा आणि सहजासहजी लक्षात न येणारा मुद्दा आहे. जर हे सगळं केल्यामुळे अर्थव्यवस्था खरंच सुधारणेच्या वाटेवर जाण्याची शक्यता असेल तर अशी पावलं उचलणं बरोबर आहे. पण जर सरकारवर आधीच प्रचंड मोठ्या प्रमाणात कर्ज साठलेलं असेल, त्या देशाच्या तंत्रज्ञानामधल्या आणि इतर प्रकारच्या प्रगतीवर जळमटं चढलेली असतील तर अशा वेळी सरकारनं अर्थव्यवस्थेमध्ये आणखी पैसा ओतून काहीही साध्य होणार नाही. उलट त्या देशामधली महागाई गगनाला भिडेल.

एकूणच इतर अनेक गोष्टींप्रमाणेच चलनाचा दर किंवा चलनाचा भाव त्या चलनासाठी असलेली मागणी आणि त्या चलनाचा होत असलेला पुरवठा या गोष्टींच्या आधारे ठरते. कुठल्याही चलनाचा पुरवठा अर्थातच त्या देशामधली मध्यवर्ती बँक करत असते. उदाहरणार्थ, अमेरिकेमध्ये फेडरल रिझर्व्ह (फेड), इंग्लंडमध्ये बँक ऑफ इंग्लंड तसंच भारतात रिझर्व्ह बँक ऑफ इंडिया या मध्यवर्ती बँका आपापल्या देशामधल्या चलनाची निर्मिती करतात; म्हणजेच नव्या चलनाचा बाजारपेठेला पुरवठा करतात. चलनाची मागणी अर्थातच अनेक जण करत असतात. ज्यांना हे चलन व्यवहारात वापरायचं असतं असे लोक किंवा ज्यांना ते आपल्याकडे साठवून ठेवायचं असतं असे लोक चलनाची मागणी वाढवू शकतात. जेव्हा चलनाच्या मागणीच्या तुलनेत चलनाचा पुरवठा वाढतो तेव्हा त्या चलनाच्या किमतीमध्ये घट होते. याउलट, जेव्हा चलनाच्या मागणीमध्ये चलनाच्या पुरवठ्याच्या तुलनेत वाढ होते तेव्हा चलनाची किंमत वाढते. जेव्हा चलनाची मागणी आणि चलनाचा पुरवठा यांच्यामधलं नातं फारसं बदलत नाही आणि ते स्थिर राहतं तेव्हा चलनाच्या किमतीत फारसे फेरफार होत नाहीत. अशा वेळी हे चलन भरभक्कम आहे असं मानलं जातं.

मध्यवर्ती बँकांच्या हातात असलेली चलन अवमूल्यनाची शक्ती बऱ्याच लोकांना टोचत राहते. मध्यवर्ती बँका चलनाचं अवमूल्यन करत असल्यामुळे आपल्याकडे असलेल्या चलनाची खरी किंमत घटते; म्हणजेच आपली क्रयशक्ती विनाकारणच कमी होते असं ते म्हणतात. अशा लोकांना चलनाचं स्थैर्य महत्त्वाचं वाटतं. म्हणजेच ठरावीक प्रमाणातच चलन उपलब्ध झालं तर त्याचं मूल्य टिकून राहील असं ते म्हणतात. बिटकॉइन या चलनात हा गुणधर्म अंतर्भूत असल्यामुळे त्यांना बिटकॉइन हे चलन महत्त्वाचं वाटतं.

■

बिटकॉइनची संकल्पना

बिटकॉइनचं सगळ्यात मोठं वैशिष्ट्य म्हणजे या चलनावर कुणाचंच नियंत्रण नाही. बिटकॉइनचं कामकाज चालवण्यासाठी इंटरनेटवर एक संगणकीय जाळं असतं. हे जाळं स्वयंभू आहे. म्हणजेच या जाळ्याचा कुणी मालक नाही. कुणाच्याच इशाऱ्यानुसार त्याचं कामकाज चालत नाही. कुणालाही या जाळ्यात सहभागी होता येतं. म्हणजेच कुणीही बिटकॉइन विकत घेऊ शकतो किंवा ती विकू शकतो. तसंच बिटकॉइनच्या व्यवहारात सहभागी असलेल्या कुणालाही या व्यवहारातून हवं तेव्हा बाहेर पडता येतं. बिटकॉइनच्या व्यवहारांमध्ये सहभागी होण्यासाठी त्यासाठीचं सॉफ्टवेअर आपल्या संगणकावर असणं गरजेचं असतं. हे सॉफ्टवेअर विकत घ्यावं लागत नाही. ते इंटरनेटवर फुकट उपलब्ध असतं आणि कुणालाही ते सहजपणे आपल्या संगणकावर डाऊनलोड करता येतं. बिटकॉइन या चलनाचं कामकाज कसं चालावं यासाठी वापरलेलं सॉफ्टवेअरसुद्धा अनेक जणांनी एकत्र येऊन लिहिलेलं आहे. या सॉफ्टवेअरच्या पुढच्या लिखाणात किंवा दुरुस्तीच्या कामात ज्या कुणाला सहभागी व्हायचं असेल त्याला ते करणंसुद्धा शक्य असतं. कुठल्याही

देशाच्या सरकारला, अर्थ मंत्रालयाला किंवा मध्यवर्ती बँकेला बिटकॉइनवर नियंत्रण प्रस्थापित करणं सोपं नाही.

या संदर्भात बिटकॉइन आणि इतर कॅशलेस किंवा डिजिटल चलनं यामधला फरकही नीट समजून घेणं गरजेचं आहे. क्रेडिट/डेबिट कार्ड, पेटीएम, यूपीआय यासारख्या सुविधांमध्ये कुणीतरी मध्यवर्ती संस्था म्हणून काम करत असतं. उदाहरणार्थ, बँक, रिझर्व्ह बँक, व्हिसा/मास्टरकार्ड, पेटीएम, वगैरे. बिटकॉइनच्या बाबतीत मात्र हे अजिबात घडत नाही. बिटकॉइनचं जाळं स्वयंभू असतं. तसंच आपल्या नेहमीच्या चलनव्यवस्थेमध्ये नव्यानं चलन वापरात आणण्याची जबाबदारी मध्यवर्ती बँकेवर असते. बिटकॉइन्सच्या बाबतीत मात्र ही जबाबदारी बिटकॉइनच्या जाळ्यावरच असते. म्हणजे नवं चलन निर्माण करण्याची क्षमता बिटकॉइनमध्ये अंतर्भूत आहे. यासाठी बाहेरून कुठून चलन आणायचं आणि ते फक्त बिटकॉइन्समध्ये बदलायचं असं घडत नाही. बिटकॉइन हेच स्वयंभू चलन आहे. त्याला कुणाचा आधार लागत नाही.

बिटकॉइनचं कामकाज चालवण्यासाठी आपण अनेक ठिकाणी वापरल्या जाणाऱ्या हिशेबाच्या वहीचं उदाहरण घेऊ शकतो. समजा, अनेक लोकांनी एकत्र येऊन एकमेकांशी आर्थिक व्यवहार केले आणि या व्यवहारांची नोंद त्यांनी एका वहीत ठेवली. चुकून

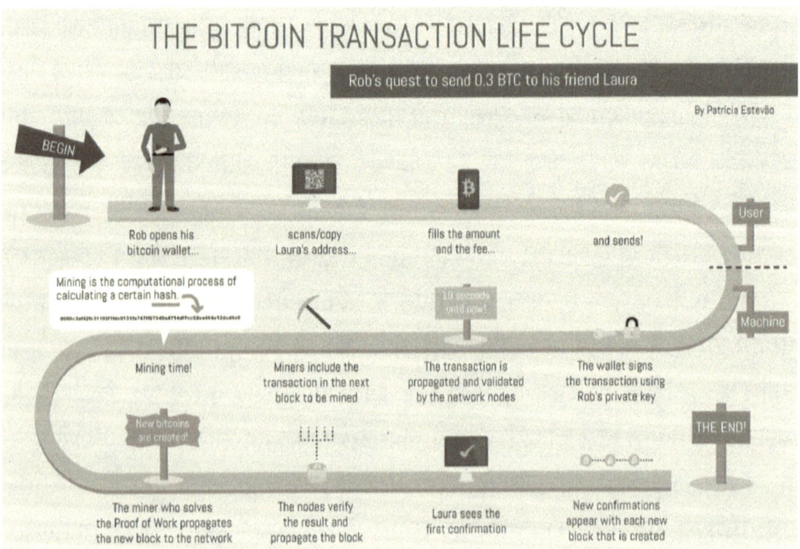

किंवा जाणूनबुजून या वहीतल्या नोंदींमध्ये फेरफार तसंच घोटाळे होऊ नयेत यासाठी या लोकांनी या नोंदवहीची एक अद्ययावत प्रत संबंधित व्यवहारांमध्ये सहभागी झालेल्या प्रत्येकाकडे ठेवली. म्हणजेच कधीही कुठलाही व्यवहार झाला की त्या व्यवहाराची नोंद प्रत्येकाकडच्या वहीमध्ये होणार. ढोबळमानानं याच तत्त्वांवर बिटकॉइनचे व्यवहार चालतात.

समजा, आपण बिटकॉइनच्या व्यवहारात सहभागी झालो तर आपल्याला 'पब्लिक की' आणि 'प्रायव्हेट की' अशा दोन गोष्टी मिळतात. पब्लिक की आणि प्रायव्हेट की म्हणजे काही अक्षरं आणि अंक यांचं एकत्र केलेलं स्वरूप अशा प्रकारचे असतात. जसा आधार कार्डाचा किंवा पासपोर्टचा क्रमांक असतो तसंच. उदाहरणार्थ, अमेरिकेच्या फेडरल ब्युरो ऑफ इन्व्हेस्टिगेशन्स (एफबीआय) या गुप्तचर संस्थेची बिटकॉइनसाठीच्या व्यवहारांची पब्लिक की 1F1tAaz5x1HUXrCNLbtMDqcw605GNn4xqX अशी आहे.

नावाप्रमाणेच ही पब्लिक की सार्वजनिक असते. आपली पब्लिक की ही आपली सार्वजनिक ओळख असते. आपल्याप्रमाणेच बिटकॉइनच्या व्यवहारांमध्ये सहभागी असलेल्या प्रत्येकाची स्वतंत्र पब्लिक की असते. याचाच अर्थ बिटकॉइनच्या जाळ्यामधल्या प्रत्येक माणसाची पब्लिक की म्हणजे जणू त्या माणसाचा पत्ताच असतो. जसा आपला इमेल आयडी असतो आणि तो वापरून कुणीही आपल्याला इमेल पाठवू शकतो तसं बिटकॉइनच्या जाळ्यावरचा आपला पत्ता म्हणजे आपली पब्लिक की असते. किंवा आपल्या बँकेचा खातं क्रमांक ही आपली आर्थिक व्यवहारांसाठीची सावर्जनिक ओळख असते. आपल्याला कुणी पैसे पाठवले तर किंवा आपल्याला कुणाला पैसे द्यायचे असतील तर आपण या खात्याचा वापर करतो. या खात्याचे तपशील आपण अगदी जगजाहीर करत नसलो तरी ते खास लपवूनसुद्धा ठेवत नाही. म्हणजेच हेसुद्धा आपल्या पब्लिक कीसारखं असतं. आधी उल्लेख केल्याप्रमाणे आपल्याकडे जशी आपली पब्लिक की असते तशी आपली प्रायव्हेट कीसुद्धा असते. आपली पब्लिक की नावाप्रमाणेच सार्वजनिक असते; तर आपली प्रायव्हेट की नावाप्रमाणेच खासगी असते. याचाच अर्थ आपली प्रायव्हेट की फक्त आपल्याला माहीत असणं अपेक्षित असतं. आपली प्रायव्हेट की दुसऱ्या कुणाच्या हाती लागू नये किंवा इतर कुणालाच ती समजू नये यासाठीची काळजी आपण घेणं गरजेचं असतं. जशी आपल्याकडे आपल्या पब्लिक कीच्या जोडीला आपली प्रायव्हेट की असते तशीच पब्लिक-प्रायव्हेट कीची जोडी बिटकॉइनच्या जाळ्यात सहभागी असलेल्या इतर सगळ्यांकडेही असते. अर्थातच, प्रत्येकाकडच्या पब्लिक-

प्रायव्हेट कीचे उदाहरण
(ही की फक्त आपल्याजवळ अगदी गुप्त ठेवायची)

MIICXAIBAAKBgQC+rS5oKBb/uMajr0gR/2vPxsrpi1jAwv1IWkYLy/Ij8yDP
HjiB6kXm2DN7gz8YHiE9108W+NnS203pax/VjoB37GwxEfUGp9LqdDC9
pMs2ZIu3iiztMH6cPX1LoxJC8qlSYkDSVeNUreh8GzIpUeN3CrmeHyhx5
C048fTGWbkODwIDAQABAoGAJ0cNVC9N7Ydmg7ILo0I2L+rHSayGr856
1jiiTTPJwVYH4CJdiYV0uMS4diznBITOjCqaBCVm2WSLfBWxDRC5rZ88
WT7+FLjj1WiEYRkX4uXj5EBw0txFkP2ITy5DOsYw0p5ZkljHJWc22HJOd
YkSxSeUpVv05jckVEtkrn7LTyECQQDqNhax83AcMVHI182eqMxo9syBN
75kLwmcw2VWIJWeIKEIUpx7zS9Go77g/G69zv17iuFWJwHVCvmWrbc2
J1TrAkEA0GpHq8uC1+165C2FC4BRmcF6duwrcJkMnNBpdGtNH4Vqcg
w8BvZmD21m9kRyc8LkUGs/2IMt1vSE/mqZDCwybQJAYjH9P+yVw2w2L
wxUjEGvOg7HXSHW9D/4Yr5VfYBcXmjFuyyPqSQ0vwQmIkQT1gazphIr
Mmi2TvEEBdWda9n/swJAMdUXqfYRJPv9ZE2WADgAStk+JO03Pcb6gw
w6CsIVQLIvz3EpcSi9IncwJTYcf51b5fae33AOJ9Vzbzmhuo1eyQJBAILaR
VJOQGRyb60h+EheItTRU6HFgKkSD+5TIwEJI06oHzbvJP/IPFnV1InjNpb
ZEGMVh+UUN9wK400K/3nhOsg=

MIGfMA0GCSqGSIb3DQEBAQUAA4GNADCBiQKBgQC+rS5oKBb/uMajr
0gR/2vPxsrpi1jAwv1IWkYLy/Ij8yDPHjiB6kXm2DN7gz8YHiE9108W+NnS
203pax/VjoB37GwxEfUGp9LqdDC9pMs2ZIu3iiztMH6cPX1LoxJC8qlSYk
DSVeNUreh8GzIpUeN3CrmeHyhx5C048fTGWbkODwIDAQAB

वरील प्रायव्हेट कीसाठी ही पब्लिक की असेल
(ही सार्वजनिक असते)

प्रायव्हेट कीची किंमत वेगवेगळी असते.

एका माणसाची पब्लिक की आणि त्या माणसाची प्रायव्हेट की म्हणजेच यासाठीचे अंक यांच्यामध्ये ठरावीक गणिती नातं असतं. उदाहरणार्थ, माझी पब्लिक की आणि माझी प्रायव्हेट की या दोघांमध्ये निश्चित असं गणिती नातं असतं. म्हणजेच बिटकॉइनच्या जाळ्यामध्ये सहभागी झालेल्या इतर प्रत्येक माणसाची पब्लिक की आणि त्याची प्रायव्हेट की यांच्यामध्ये ठरावीक गणिती नातं असतं.

दोन वेगवेगळ्या माणसांच्या कुठल्याच कीमध्ये हे नातं नसतं. म्हणजेच माझी पब्लिक किंवा प्रायव्हेट की आणि इतर कुठल्याही माणसाची पब्लिक किंवा प्रायव्हेट की यांच्यात कसलाच संबंध नसतो. याचाच अर्थ इतर कुठल्याही माणसाची पब्लिक किंवा प्रायव्हेट की आणि माझी पब्लिक किंवा प्रायव्हेट की हे सगळं पूर्णपणे वेगवेगळं असतं. एका माणसाच्या पब्लिक-प्रायव्हेट कीमध्ये नातं असतं ते त्या माणसापुरतंच असतं. त्याच्याकडच्या कीज आणि इतर कुठल्याही माणसाच्या कीज यात कसलाच संबंध नसतो.

बिटकॉइनच्या जाळ्यामध्ये जेव्हा आपल्या खात्यावर पैसे म्हणजेच बिटकॉइन्स येतात तेव्हा त्या आपल्या पब्लिक कीवर येतात. याचं कारण म्हणजे आधी उल्लेख केल्याप्रमाणे आपली पब्लिक की ही बिटकॉइनच्या जाळ्यावरची आपली सार्वजनिक ओळख असते. म्हणजेच कुणी आपल्याला बिटकॉइन्स पाठवल्या किंवा आपण बिटकॉइन्स विकत घेतल्या तर त्यासाठी आपली पब्लिक की वापरली जाते. जेव्हा आपल्याला आपल्या खात्यामधल्या बिटकॉइन्स खर्च करायच्या असतात किंवा त्या इतर कुणाला पाठवायच्या असतात, तेव्हा मात्र आपल्याला आपली प्रायव्हेट की वापरणं गरजेचं असतं. हे बरोबरच आहे. कारण आपली प्रायव्हेट की फक्त आपल्याला माहीत असणं अपेक्षित असतं. साहजिकच आपल्या बिटकॉइन्स फक्त आपणच खर्च करू शकलो पाहिजेत आणि त्यांचा इतर कुणी गैरवापर करता कामा नये यासाठीची ही सोय असते. याचाच अर्थ आपली पब्लिक की इतर कुणाला माहीत असली तरी या पब्लिक कीचा वापर करून कुणीही आपल्या बिटकॉइन्स खर्चू शकत नाही. आपल्या खात्यातून बिटकॉइन्स फक्त आपण आपल्या प्रायव्हेट कीचा वापर करूनच खर्चू शकतो. आपली पब्लिक की सार्वजनिक असते; म्हणजेच कुणीही ती बघू शकतं. आपली प्रायव्हेट की मात्र बिटकॉइनच्या सार्वजनिक जाळ्यावर नोंदवलेली नसते. म्हणूनच ती आपण सोडून इतर कुणाला मिळू शकत नाही.

बिटकॉइनच्या जाळ्यामध्ये सहभागी असलेल्या प्रत्येक माणसाचं या जाळ्यावर एक आभासी पाकीट असतं. त्याला वॉलेट असं म्हणतात. जसं आपल्या खिशात पैशांचं पाकीट असतं किंवा पैशांची पर्स असते तसंच हे वॉलेट असतं. फरक इतकाच की ते आभासी असतं; म्हणजेच ते प्रत्यक्षात अस्तित्वात नसतं. आपली पब्लिक की हाच आपल्या वॉलेटचा पत्ता असतो. तसंच त्यामधलं चलनसुद्धा आपल्या डोळ्यांना दिसू न शकणाऱ्या स्वरूपात असतं; म्हणजेच आभासी असतं. हे चलन म्हणजे अर्थातच बिटकॉइन.

आपण जेव्हा बिटकॉइन खर्च करतो तेव्हासुद्धा आपली प्रायव्हेट की आपल्या संगणकाबाहेर पाठवली जात नाही. आपल्या प्रायव्हेट कीचा वापर करून आपल्या व्यवहारासाठी फक्त एक विशिष्ट प्रकारची नोंद केली जाते. या नोंदीला आपल्या नेहमीच्या सहीसारखा दर्जा दिला जातो. या सहीला म्हणूनच सिग्नेचर म्हणतात. या सिग्नेचरचं वैशिष्ट्य म्हणजे मुळात आपली प्रायव्हेट की वापरल्याशिवाय अशी सिग्नेचर होऊच शकत नाही. शिवाय, अशा सिग्नेचरची कुणी प्रत काढली तरी तिचा गैरवापर करणं कुणाला शक्य नसतं. याचाच अर्थ आपण आपल्याकडच्या बिटकॉइन्स खर्च केल्यानंतर त्या चोरून पुन्हा त्याच बिटकॉइन्स खर्च करण्यासाठी कुणी खटाटोप करू शकत नाही. तसंच आपण बिटकॉइन्स खर्च करत असताना केलेल्या सहीचा वापर करून कुणी आपल्या खात्यामधल्या उरलेल्या बिटकॉइन्स खर्च करण्याची शक्यताही अजिबातच नसते. आपली प्रायव्हेट की फक्त आपल्याला माहीत असल्यामुळे या कीचा गैरवापर करून आपल्या बिटकॉइन्स इतर कुणी खर्चू शकत नाही किंवा आपल्या नावानं सिग्नेचरही करू शकत नाही. साहजिकच हे सगळे व्यवहार अत्यंत सुरक्षित असतात.

आपण बिटकॉइनचे व्यवहार करण्यासाठी जेव्हा आपलं खातं उघडतो तेव्हाच आपल्या पब्लिक आणि प्रायव्हेट कीज तयार होतात. त्या आपण सुरक्षितपणे आपला संगणक, पेन ड्राईव्ह, हार्ड डिस्क अशा ठिकाणी साठवून ठेवणं गरजेचं असतं. तसंच आपली प्रायव्हेट की कुणाच्याही हाती पडू नये याची काळजी घेणंसुद्धा अत्यंत गरजेचं असतं. जसं आपण आपले पासवर्ड्स इतर कुणाला सांगायचे नसतात, तीच काळजी आपण प्रायव्हेट कीच्या बाबतीत घेणं महत्त्वाचं ठरतं.

बिटकॉइन वापरणारा माणूस नक्की कोण आहे हे जाहीरपणे इतरांना माहीत असतंच असं नाही. म्हणजेच आपल्याविषयीची माहिती गुप्त ठेवून एखाद्याला बिटकॉइनचे व्यवहार करायचे असतील तर ते सहजपणे शक्य आहे. याचाच अर्थ बिटकॉइन हे चलन आपलं

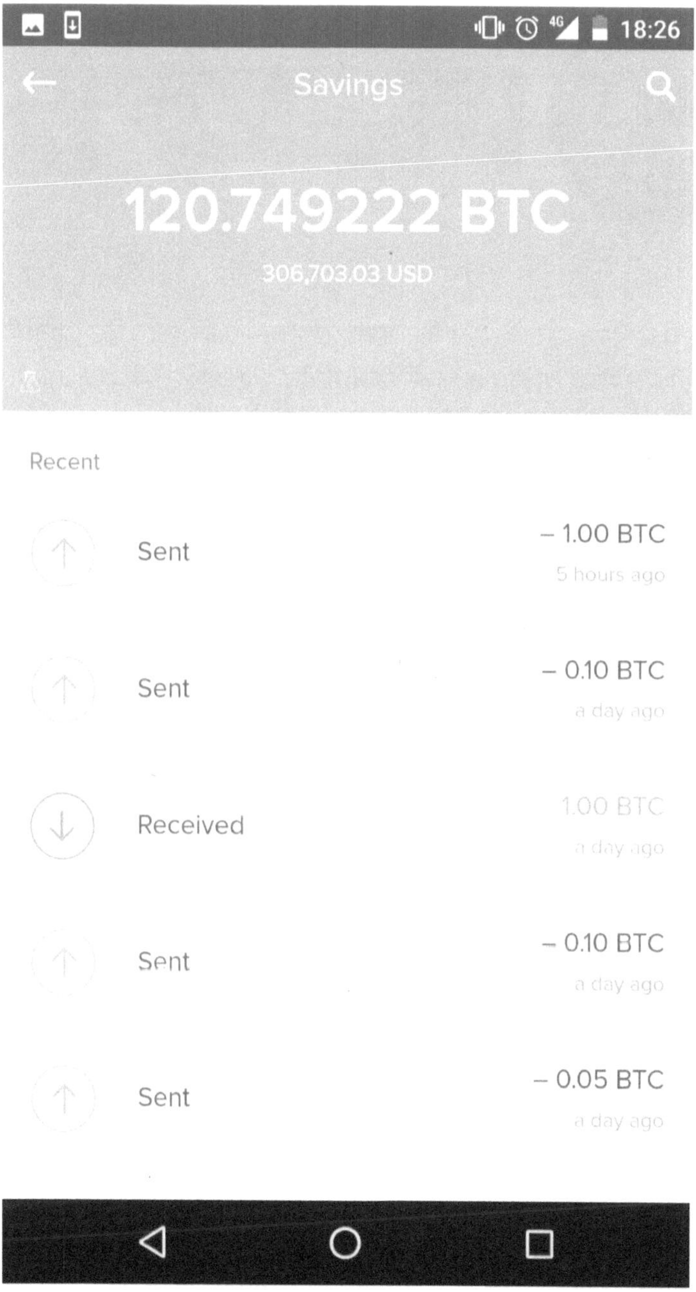
18:26
Savings
120.749222 BTC
306,703.03 USD
Recent
Sent
– 1.00 BTC
5 hours ago
Sent
– 0.10 BTC
a day ago
Received
1.00 BTC
a day ago
Sent
– 0.10 BTC
a day ago
Sent
– 0.05 BTC
a day ago

बिटकॉइन वॉलेट

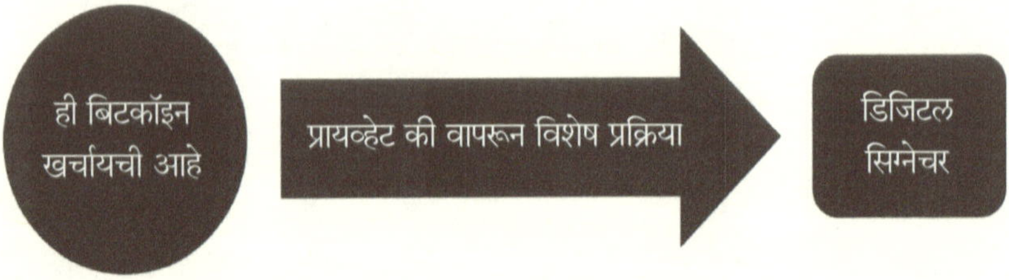

अस्तित्व जाहीर न करता वापरता येऊ शकतं. तो माणूस आणि त्याचं बिटकॉइन्सचं वॉलेट यांच्यामधला संबंध फक्त त्या माणसालाच माहीत हवा अशी सोय करणं शक्य असतं. अर्थातच अशा प्रकारे आपली ओळख लपवण्याची सोय असल्याचा गैरफायदा बदमाश लोकांनी घेणं स्वाभाविकच होतं. यामुळे इंटरनेटवर गैरव्यवहार करण्यासाठी कुख्यात असलेल्या लोकांनी 'डार्कनेट' किंवा 'डार्क वेब' किंवा 'डीप वेब' म्हणून ओळखल्या जात असलेल्या तंत्रज्ञानाच्या आधारे अमली पदार्थांचे व्यवहार, बंदी असलेल्या इतर गोष्टींची खरेदी-विक्री यासाठी बिटकॉइन्सचा वापर सुरू केला. जसं गुन्हेगारीसाठी कुप्रसिद्ध असलेल्या एखाद्या भागात जाऊन कुणी रोख रकमेच्या मोबदल्यात अमली पदार्थ विकत घ्यावेत तसाच हा प्रकार होता. त्या माणसानं दिलेल्या रकमेच्या नोटांचे क्रमांक कुणी नोंदवून ठेवले नसतील तर त्यानंच ही खरेदी केल्याचं किंवा ज्यानं हे अमली पदार्थ विकले त्यानंच ते विकल्याचं सिद्ध करणं जसं अशक्य असतं तसंच बिटकॉइन्सच्या बाबतीत घडतं. इंटरनेटवर बिटकॉइन्सचा वापर अशा प्रकारे सगळ्यात मोठ्या प्रमाणावर 'सिल्क रोड' म्हणून कुप्रसिद्ध असलेल्या बाबतीत घडला. इंटरनेटवरून अमली पदार्थांची विक्री करण्यासाठीचं सगळ्यात मोठं जाळं म्हणून आपण सिल्क रोडचा विचार करू शकतो. याच जाळ्यात बनावट चलन, अवैध शस्त्रास्त्रं यांचीही विक्री केली जाते. त्यासाठीचा मोबदला बिटकॉइनद्वारे दिला जातो. याचा खोल तपास करून या जाळ्याचा संस्थापक रॉस अल्ब्रिच्ट याला अटक करण्यात आल्यावर हे जाळं उद्ध्वस्त करण्यात आलं.

अशा प्रकारे बिटकॉइन्सचा वापर अवैध कारणांसाठी झाल्यामुळे बऱ्याच लोकांनी हे अवैध प्रकार आणि बिटकॉइन हे चलन यांची सांगड घालून टाकली. म्हणजेच बिटकॉइन्सचा वापर प्रामुख्यानं अशा अवैध आणि घातक प्रकारांसाठीच केला जातो असा समज रुजला. प्रत्यक्षात यात अजिबात तथ्य नाही. अशा प्रकारची कृत्यं करण्यासाठी बिटकॉइन हे अत्यंत सोयीस्कर चलन आहे यात शंकाच नाही; पण सर्वसामान्यपणे

कुठलाही नियम न तोडणाऱ्या लोकांनासुद्धा बिटकॉइनचं आकर्षण वाटतं हे खरं आहे. याचं कारण म्हणजे कुणाचंही नियंत्रण नसलेलं चलन वापरण्याविषयी अनेक लोक आग्रही आहेत. सर्वसाधारणपणे कडव्या उजव्या विचारसरणीकडे झुकणाऱ्या आणि सातत्यानं खुल्या अर्थव्यवस्थेचं आणि खुल्या बाजारपेठेचं समर्थन करणारे लोक बिटकॉइनची याच कारणासाठी स्तुती करतात. कुठलंही सरकार किंवा कुठल्याही देशाची मध्यवर्ती बँक बिटकॉइन नव्यानं तयार करू शकत नसल्यामुळे अर्थव्यवस्थेमध्ये बिटकॉइन्स प्रमाणाबाहेर येण्याचा धोका उद्‌भवत नाही. साहजिकच चलनाचा महापूर येणं आणि त्यामुळे महागाई वाढणं किंवा कृत्रिमरीत्या संपत्तीचे आकडे फुगणं अशा गोष्टी बिटकॉइन्सच्या बाबतीत होऊ शकत नाहीत, असं हे लोक म्हणतात. काही अंशी सोन्याच्या बाबतीतसुद्धा याच गोष्टींचं कौतुक केलं जातं. याखेरीज मोठमोठ्या बँका आणि इतर वित्तसंस्था आणखी बलाढ्य होणंही बिटकॉइनच्या बाबतीत शक्य नाही; कारण अशी कुठली मध्यवर्ती संस्थाच बिटकॉइनच्या बाबतीत अस्तित्वात नाही. तिथे सगळं लोकशाही मार्गानं आणि सरकारी नियंत्रणमुक्त पद्धतीनं चालतं, असं त्यांचं म्हणणं आहे. डाव्या विचारसरणीकडे झुकणाऱ्या लोकांनासुद्धा आपल्या हक्कांचा गैरवापर करून सर्वसामान्य माणसाचं आयुष्य दुर्धर करून स्वत:चे खिसे फुगवणाऱ्या भांडवलशाही अतिश्रीमंतांवरच्या रागाबरोबरच एकूण आर्थिक व्यवहारांविषयीही खूप संताप येतो. सगळे नियम श्रीमंतांच्या आणि त्यांना मदत करणाऱ्या भ्रष्ट राजकारण्यांच्या भल्यासाठीच केलेले असतात, असं हे लोक मानतात. साहजिकच त्यांनाही अनियंत्रित अर्थकारण अजिबात अपेक्षित नसलं तरी लोकांच्या हातात हे नियंत्रण देणं महत्त्वाचं वाटतं. अशा प्रकारे उजव्या आणि डाव्या अशा दोन्हीकडच्या विचारसरणींना बिटकॉइनविषयी जिव्हाळा वाटतो ही खरं म्हणजे एक गंमतच आहे.

बिटकॉइनला अनेक मान्यवर संस्थांनी मान्यता दिल्यामुळे बिटकॉइनची प्रतिमा चांगलीच उजळली आहे. उदाहरणार्थ, खासकरून अमेरिकी सरकारच्या अनेक गैरप्रकारांची पोलखोल करण्याप्रकरणी प्रसिद्ध असलेल्या विकिलीक्सनं लोकांकडून बिटकॉइन्सच्या स्वरूपात देणग्या स्वीकारायला सुरुवात केली. नंतर काही कंपन्यांनीसुद्धा बिटकॉइन हे चलन मान्य केलं. पाठोपाठ मायक्रोसॉफ्ट, डेल, टाईम, रेडिट यासारख्या बलाढ्य आणि प्रसिद्ध कंपन्यांनीही बिटकॉइनच्या माध्यमातून पैसे स्वीकारायला मान्यता दिली.

ब्लॉकचेन हे अत्यंत क्रांतिकारी स्वरूपाचं तंत्रज्ञान म्हणून ओळखलं जातं. बिटकॉइनसारख्या आभासी चलनाचं कामकाज ब्लॉकचेन तंत्रज्ञानाशिवाय चालूच शकत नाही. कुठलीही माहिती एके ठिकाणी साठवून ठेवण्याऐवजी ती अनेक ठिकाणी विभागून

ठेवायची; पण हे सूत्रबद्धरीत्या करायचं अशी या तंत्रज्ञानामधील महत्त्वाची संकल्पना आहे. जणू आपल्याकडे ठेवल्या जाणाऱ्या हिशेबांची नोंद अनेक ठिकाणी विभागून करायची अशा प्रकारे हे तंत्रज्ञान चालतं. या नोंदी जगभरातल्या हजारो किंवा लाखो संगणकांवर केल्या जातात. यामधला कळीचा मुद्दा म्हणजे या हिशेबाच्या नोंदींमध्ये नंतर फेरफार करता येत नाहीत. म्हणजेच एकदा एखाद्या व्यवहाराची किंवा हिशेबाची नोंद झाली की त्यानंतर त्यात कुणालाही अनधिकृतपणे बदल करणं अशक्य होऊन बसतं. आपोआपच ब्लॉकचेन या तंत्रज्ञानाबद्दल विश्वासार्हता निर्माण होते. म्हणूनच ब्लॉकचेन तंत्रज्ञानाचं वर्णन अनेकदा 'डिजिटल व्यवहारांची नोंद असलेला माहितीचा सार्वजनिक साठा' अशा शब्दांमध्ये केलं जातं. सातोशी नाकामोटो नावाच्या माणसानं किंवा हे टोपणनाव धारण केलेल्या लोकांच्या एका समूहानं ब्लॉकचेन तंत्रज्ञानाची निर्मिती केली आहे. निनावी असलेल्या; पण खातरीशीर प्रकारच्या माहितीच्या नोंदी जगभर विभागून टाकणं यामुळे शक्य झालं आहे. बिटकॉइन आणि ब्लॉकचेन यांची निर्मिती साधारणपणे एकाच वेळी झाली असं आपण म्हणू शकतो. याचं कारण म्हणजे ब्लॉकचेन तंत्रज्ञानाशिवाय बिटकॉइन हे चलन अस्तित्वात येणंच शक्य नव्हतं.

ब्लॉकचेन तंत्रज्ञान नसतं तर काय झालं असतं? बिटकॉइन हे आभासी चलन आहे. म्हणजेच आपल्या नेहमीच्या व्यवहारातल्या नाणी आणि नोटा यांच्यासारख्या

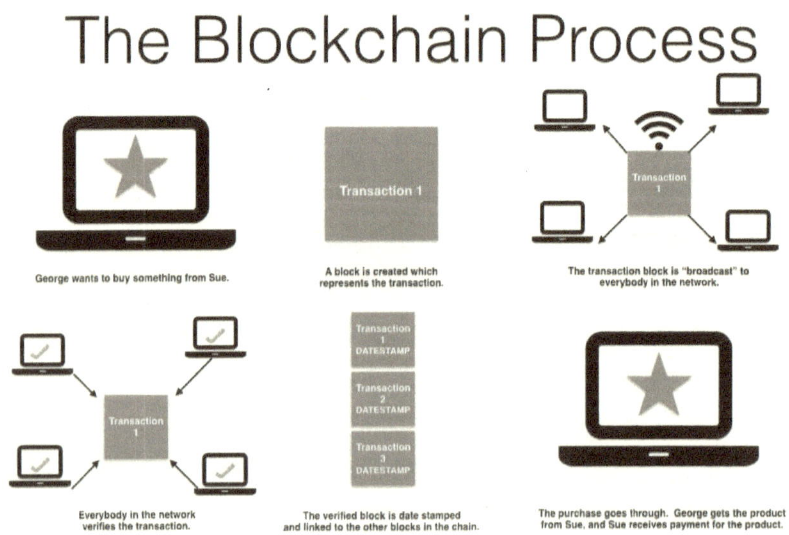

चलनासारखं आपल्याला बिटकॉइन हे चलन दिसत नाही; हाताळता येत नाही. अर्थात बिटकॉइनची नाणी तयार करण्याची सुविधा नंतर उपलब्ध करून देण्यात आली होती; पण आपण त्या मुद्द्याकडे इथे जरा दुर्लक्ष करू. आता बिटकॉइन हे चलन जर आभासी असेल तर त्यावर लोकांचा विश्वास कसा बसणार? हे चलन सुरक्षित आहे का नाही, हे कसं समजणार? या चलनाचा वापर व्यवहारात करत असताना त्याविषयीची खातरी कोण देणार? उदाहरणार्थ, आपल्याकडे असलेल्या कागदी नोटांवर रिझर्व्ह बँकेच्या गव्हर्नररांची सही असते. कागदी नोट हे अधिकृत चलन असल्याचा तो पुरावा असतो. उद्या काही अडचण निर्माण झाली तर आपण रिझर्व्ह बँकेकडे किंवा रिझर्व्ह बँकेकडून संबंधित अधिकार मिळवलेल्या आपल्या बँकेकडे जाऊन त्यातून मार्ग काढू शकतो. बिटकॉइन हे आभासी चलन असल्यामुळे आणि कुठल्याही सरकारचं किंवा मध्यवर्ती बँकेचं त्यावर नियंत्रण नसल्यामुळे तिथे विश्वासार्हतेचे किंवा सुरक्षिततेचे प्रश्न निर्माण झाले तर काय करायचं? त्यात कुणाला तरी मध्यस्थी करावी लागणार. पण मुळात बिटकॉइनचा कुणी मालक किंवा कर्ता नसल्यामुळे ही जबाबदारी कुणावर टाकायची? तसंच अशा माणसावर किंवा संस्थेवर बिटकॉइन वापरणारे विश्वास कसा ठेवतील? म्हणूनच ही कटकट टाळण्यासाठी मुळातच बिटकॉइन हे चलन विश्वासार्ह असावं आणि त्या चलनाच्या कामकाजातच ही विश्वासार्हता रुजवलेली असावी अशा हेतूनं ब्लॉकचेन तंत्रज्ञानाचा वापर करायचं ठरलं.

२००९च्या जानेवारी महिन्यात बिटकॉइन आणि ब्लॉकचेन या तंत्रज्ञानाचा वापर जगासमोर आला. जगभरात कुणालाही डाऊनलोड करून वापरता येईल अशा प्रकारच्या म्हणजेच ओपन सोर्स सॉफ्टवेअरच्या रूपानं हे तंत्रज्ञान इंटरनेटवर अवतरलं. २०१६च्या नोव्हेंबर महिन्याच्या आकडेवारीनुसार जगात बिटकॉइनचे दररोज सुमारे दोन-तीन लाख व्यवहार होत होते.

ब्लॉकचेन तंत्रज्ञानावर आधारित असलेलं आणखी एक लोकप्रिय चलन 'एथेरियम' म्हणून ओळखलं जातं. बिटकॉइनचाच हा वेगळा प्रकार असं आपण ढोबळमानानं म्हणू शकतो. बिटकॉइनच्या तुलनेत एथेरियमची विश्वासार्हता खूप लवकर तपासली जाते. म्हणजेच एथेरियम वापरून केलेला व्यवहार जास्त जलदपणे होऊ शकतो. एथेरियम पाठोपाठ बाजारात आलेलं तिसरं आभासी चलन म्हणजे 'रिपल'. या चलनातही ब्लॉकचेन तंत्रज्ञानाचाच वापर केला जातो.

याखेरीज 'आल्टकॉइन' म्हणजेच बिटकॉइनला पर्यायी चलन अशा नावाखाली

इतर अनेक आभासी चलनं आता उपलब्ध होत आहेत. यापैकी पहिलं आल्टकॉईन आणि बिटकॉइन, एथेरियम, रिपल यांच्यानंतरचं एकूण चौथं आभासी चलन म्हणजे 'लाईटकॉईन'. या चलनाचं बिटकॉइनशी विलक्षण साम्य आहे. याखेरीज जवळपास १०००च्या आसपास आभासी चलनं हे लिहित असताना बाजारात आलेली आहेत.

नावाप्रमाणेच ब्लॉकचेन म्हणजे चेन ऑफ ब्लॉक्स असते. याचाच अर्थ 'ठोकळ्यांची साखळी' असा मराठीत शब्दश: होत असला तरी त्याचा अर्थ नीटपणे समजून घेतला पाहिजे. समजा, आपण कुठल्याही चलनाचा वापर करून कुणीही कोणताही व्यवहार केला तर त्याची नोंद आपोआपच एका कागदावर होईल अशी व्यवस्था केली. उदाहरणार्थ, एका माणसानं एका दुकानात जाऊन १००० रुपयांचा शर्ट विकत घेतला की लगेचच त्या माणसाकडून दुकानदाराकडे १००० रुपये गेले असल्याची नोंद आपल्या हिशेबाच्या कागदावर होईल. असे दिवसभरातले सगळेच्या सगळे व्यवहार नोंदवले जातील. एका कागदावर थोडेच व्यवहार नोंदवले जाणं शक्य असल्यामुळे असे अनेक कागद काही शेकडो व्यवहारांच्या नोंदीसाठी लागतील. अशा समजा १०० कागदांची आपण एक फाईल बनवली तर अशा अनेक फायली बनतील. या फायली आपण एकत्र करून त्यांचा गठ्ठा बांधू. बिटकॉइन या आभासी चलनाच्या व्यवहारांच्या नोंदीसुद्धा समजा सातत्यानं होत राहिल्या तर या नोंदींच्या गठ्ठ्याला आपण ब्लॉक असं म्हणू. अर्थातच आपल्या हिशेबाच्या नेहमीच्या नोंदी आणि बिटकॉइनसाठीच्या नोंदी यामधला महत्त्वाचा फरक म्हणजे आपल्या नेहमीच्या नोंदी कागद-पेनानं होतील तर बिटकॉइनसाठीच्या नोंदी संगणकीय असतील. ब्लॉकचेन तंत्रज्ञानात बिटकॉइन्सच्या व्यवहारांचे असे ब्लॉक्स तयार केले जातात आणि ते एकमेकांना जोडले जातात. अशा कुठल्याही ब्लॉकमधली माहिती बदलणं शक्य नसतं. याचं एक कारण म्हणजे प्रत्येक ब्लॉकमध्ये तो तयार केला जात असतानाच्या वेळेची अचूक नोंद असते. ही नोंद केल्याशिवाय ब्लॉकमध्ये माहिती लिहिणं शक्य नसतं. म्हणजेच जर नंतर कुणी ब्लॉकमधली माहिती बदलायचा प्रयत्न केला, तर त्याचबरोबर ब्लॉकमधली माहिती लिहिण्याची शेवटची तारीख-वेळ बदलली जाईल. साहजिकच कुणीतरी बदल करण्याचा प्रयत्न केल्याचं उघडकीला येईल.

प्रत्येक ब्लॉकमध्ये बिटकॉइन वापरून करण्यात आलेल्या व्यवहारांची नोंद असते याचा उल्लेख झालेलाच आहे. आणखी एक महत्त्वाची गोष्ट म्हणजे या नोंदी ज्या व्यवहारांच्या असतात हे व्यवहार तपासण्यात आलेले नसतात. म्हणजेच तांत्रिक भाषेत ते 'अनव्हेरिफाईड' असतात. आता जर या व्यवहारांची तपासणी करण्यात आलेली

नसेल तर त्यांच्यावर विश्वास कसा ठेवायचा? तर, या तपासणी न करण्यात आलेल्या व्यवहारांची तपासणी करण्यासाठी 'मायनिंग' नावाची स्वतंत्र व्यवस्था असते. खरं म्हणजे हे एक सॉफ्टवेअरच असतं. हे मायनिंगचं सॉफ्टवेअर एका विशिष्ट प्रकारे ब्लॉक्समधल्या तपासण्यात न आलेल्या व्यवहारांची तपासणी करतं. बिटकॉइनमध्ये प्रत्येक ब्लॉकची अशी तपासणी किंवा प्रत्येक ब्लॉकचं असं परीक्षण दर १० मिनिटांनी केलं जातं. हे सगळं जरा नीटपणे समजून घेतलं पाहिजे.

आपल्या नेहमीच्या चलनात नसलेला; पण आभासी चलनामध्ये असलेला एक मुख्य प्रश्न दोन किंवा त्याहूनही जास्त वेळा चलन वापरण्याचा असतो.

आपल्या नेहमीच्या नाणी-नोटांच्या बाबतीत हा प्रश्न उद्भवत नाही. याचं कारण म्हणजे आपल्याकडे असलेली नोट ही एका वेळी आपल्याकडेच असू शकते. तसंच आपण एकाच वेळी दोन किंवा त्याहून जास्त ठिकाणी ही नोट खर्चण्याचा प्रश्नच उद्भवत नाही. इतकंच काय, तर आपल्याला मुळात हा प्रश्नच का निर्माण होतो आहे हे कदाचित कळणार नाही. आपल्याकडे असलेली नोट आपण दोन किंवा त्याहून जास्त वेळा वापरण्याची संकल्पनाच मुळात आपल्याला अनाकलनीय आणि हास्यास्पद वाटेल. आपण एकदा आपल्याकडची नोट कुठे वापरली की त्यानंतर ती आपल्याकडून गेली. अर्थातच आपल्याकडे ती पुन्हा काही कारणानं परत येण्याची शक्यता नाकारता येत नाही; पण तो एक वेगळा आणि स्वतंत्र व्यवहार असतो. म्हणजेच एकच नोट आपण एकाच वेळी दोन वेगवेगळ्या व्यवहारांसाठी वापरू शकत नाही. उदाहरणार्थ, आपल्याकडे समजा २००० रुपयांची नोट असेल आणि आपण ती एका दुकानात शर्ट खरेदी करण्यासाठी वापरली की ती नोट आपल्याकडून गेली. पुढच्या दुकानात आपण समजा एक पुस्तक विकत घेतलं तर त्यासाठी आपल्याला आधीची नोट वापरणं शक्य नसतं; ती आधीच आपल्याकडून गेलेली

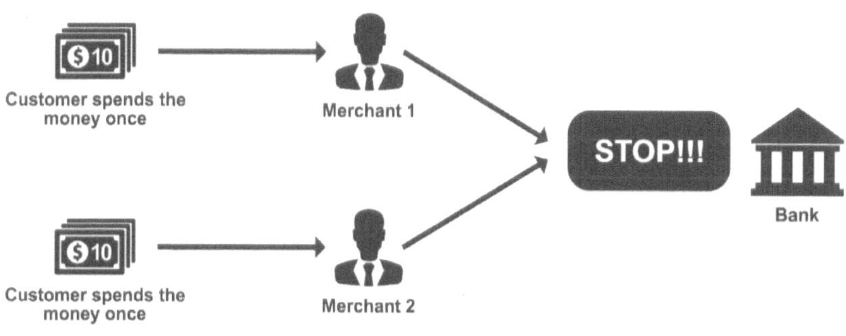

असते. आत्तापर्यंतच्या आभासी चलनाच्या बाबतीत मात्र एकच चलन आपण एकाच वेळी दोन किंवा त्याहून जास्त वेळा वापरण्याची शक्यता असते. हे कसं शक्य आहे? यामागचं कारण म्हणजे आभासी चलन म्हणजे संगणकावरची एक फाईल असते. या फाईलची नक्कल करणं; म्हणजेच तिची आणखी एक प्रत काढणं सहज शक्य असतं. अशा अनेक प्रती काढून आभासी चलनाचं एकच युनिट अनेकदा वापरता येऊ शकतं. कागदी नोट आपण खर्चली की ती आपल्याकडून निघून जाते. आभासी चलनाची फाईल मात्र आपण चलन म्हणून वापरली तरी ती आपल्याकडे कायम राहतेच. साहजिकच आपण ती पुन्हा वापरू शकतो! याला तांत्रिक भाषेत 'डबल स्पेंडिंग प्रॉब्लेम' म्हणतात.

■

बिटकॉइनची सुरुवात

तो १० जानेवारी २००९चा दिवस होता. या प्रसन्न दिवशी अमेरिकेच्या कॅलिफोर्निया राज्यातल्या सांता बार्बरा इथल्या आपल्या घरात हॅल फिनी संगणकाच्या जवळच बसला होता. त्याच्या मुलाचा वाढदिवस असूनसुद्धा त्याला आपल्या संगणकापासून लांब जाणं शक्य नव्हतं. कित्येक महिन्यांपासून याच घटनेची तर तो प्रतीक्षा करत होता! फ्रॅन या आपल्या पत्नीलासुद्धा त्यानं काही सांगितलं नव्हतं. खरं म्हणजे तिला नक्की काय आणि कसं सांगायचं, हेच त्याला नीटसं समजत नव्हतं. त्याच्या खोलीत एकंदर चार संगणक होते. वेगवेगळ्या कामांसाठी तो ते वापरे. त्यापैकी एका संगणकाकडे त्याची नजर खिळून राहिली होती. ही खोली तशी अडगळीची वाटावी अशीच होती. त्यात संगणक आणि त्यांच्याशी संबंधित असलेल्या यंत्रणा, कागदांच्या थप्प्या आणि पुस्तकं हे सगळं इतस्तत: पडलं होतं. ज्या संगणकाकडे हॅलची नजर लागून राहिली होती त्यावर अखेर त्यानं आदल्या दिवशी इमेलमधून मिळालेल्या वेबसाईटचं नाव टाईप केलं : www.bitcoin.org.

खरं म्हणजे काही महिन्यांपूर्वी हॅलनं प्रथमच बिटकॉइनविषयी ऐकलं होतं. आत्ता

हॅलला आलेली इमेल सातोशी नाकामोटोनं पाठवली होती. त्यात नाकामोटोनं आभासी चलनाविषयी लिहिलं होतं. या आभासी चलनाला नाकामोटोनं 'बिटकॉइन' असं लक्षवेधी नाव दिलं होतं. इंटरनेटवरच्या आभासी चलनाविषयी हॅलनं बऱ्याच काळापासून विचार केला होता. असं आभासी चलन प्रत्यक्षात खरंच यशस्वी ठरू शकेल का, हे त्याला नक्की समजत नव्हतं. त्याविषयी त्याच्या मनात शंका होत्या. सातोशीच्या इमेलमधल्या एका मुद्द्यानं मात्र हॅल एकदम प्रभावित झाला. जर आपल्या आभासी चलनाच्या काम काजात बँक किंवा अशा प्रकारची कुठलीही त्रयस्थ संस्था नसेल तर हे चलन एकदम प्रभावी आणि यशस्वी ठरू शकेल, असं सातोशी म्हणत होता. हॅलला ते एकदम पटलं. हे चलन वापरणाऱ्या लोकांच्या सहकार्यातून त्याचं कामकाज पूर्णपणे चालेल आणि या लोकांच्या संगणकांद्वारे ते पूर्णपणे नियंत्रित करता येईल, असं सातोशीला वाटत होतं. म्हणजेच इतर कुणाला किंवा बँकांसारख्या बाह्य / त्रयस्थ संस्थांना कोणतीही माहिती न पुरवता स्वायत्तपणे बिटकॉइनचं काम होऊ शकतं, असा नाकामोटोचा दावा होता. बिटकॉइनची संकल्पना समजावून सांगण्यासाठी सातोशीनं एक छोटा नऊ-पानी प्रबंध सोबत जोडला होता. तो वाचून हॅल विलक्षण प्रभावित झाला. त्यानं सातोशीला या संकल्पना पूर्णत्वाला नेण्यासाठीची चाचणी म्हणून एक छोटं सॉफ्टवेअर लिहायला सांगितलं. त्यानुसार सातोशीनं एक प्रायोगिक स्वरूपाचा कम्प्युटर प्रोग्रॅम लिहून हॅलला

बिटकॉइनचा निर्माता सातोशी नाकामोटो

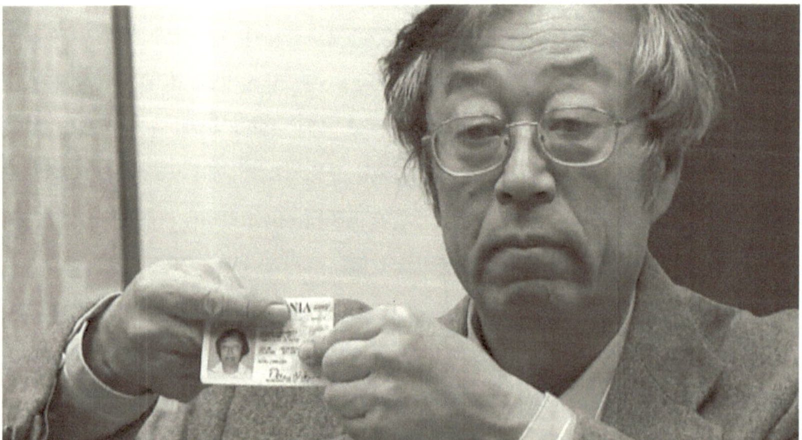

पाठवला. हॅलनं तो चालवून बघितला. त्याबरोबर या प्रोग्रॅमनं हॅलचा 'बिटकॉइन अॅड्रेस' तयार केला. हा बिटकॉइन अॅड्रेस म्हणजे हॅलचा बिटकॉइनसाठीचा खाते क्रमांक असणार होता. याशिवाय या प्रोग्रॅमनं हॅलचा पासवर्ड तयार केला; म्हणजेच त्याची प्रायव्हेट की तयार केली. आता हॅल 'बिटकॉइन' हे आभासी चलन वापरण्यासाठी सज्ज झाला होता. या प्रोग्रॅममध्ये 'आपल्याकडच्या बिटकॉइन्स खर्च करणं किंवा त्या इतर कुणाच्या खात्यात भरणं' यासारख्या सोयीसुद्धा होत्या. अर्थातच हॅलकडे मुळात बिटकॉइन्सच नसल्यामुळे त्या खर्च करणं किंवा इतर कुणाला पाठवणं असे प्रश्नच उद्भवत नव्हते. तेवढ्यात त्याच्या संगणकावर सुरू असलेला बिटकॉइन्सचा प्रोग्रॅमच क्रॅश झाला. हॅलनं सातोशीला तसं कळवलं. सातोशीनं प्रोग्रॅममध्ये दुरुस्त्या करून नवी आवृत्ती हॅलकडे पाठवली; पण त्यातही अडचणी आल्या. अखेर हॅलनं काही खटाटोपी करून हा प्रोग्रॅम व्यवस्थितपणे चालवला. त्यात त्याला Generate coins नावाचा पर्याय दिसला. यामुळे हॅल अत्यानंदित झाला. त्यानं त्यावर क्लिक केलं. आता आपल्याला बिटकॉइन्स मिळू शकतात, हे हॅलला माहीत होतं. प्रत्यक्षात हा प्रोग्रॅम पूर्ण चालण्यासाठी काही दिवसच काय तर काही महिनेसुद्धा लागू शकतील असं सातोशीनं सांगितलेलं असल्यामुळे हा प्रोग्रॅम तसाच चालू ठेवून हॅल सुखानं आपल्या मुलाचा वाढदिवस साजरा करण्यासाठी आपल्या कुटुंबीयांना बाहेर जेवायला घेऊन गेला.

या प्रोग्रॅमचं काम नक्की कसं चालेल याची हॅलला कल्पना होती. तिचा सारांश असा : हॅलच्या संगणकावर सुरू असलेला बिटकॉइनचा प्रोग्रॅम इंटरनेटवरून इतर कुठल्या संगणकांवर हा त्याच वेळी सुरू आहे हे तपासत होता. हॅलनं जेव्हा आपल्या संगणकावर हा प्रोग्रॅम सुरू केला तेव्हा तो सोडून फक्त सातोशीच्या संगणकावरच बिटकॉइनचा प्रोग्रॅम सुरू होता. बिटकॉइनचा प्रत्येक प्रोग्रॅम नव्या बिटकॉइन्स मिळवण्याचा प्रयत्न करतो. याला बिटकॉइन्स 'माईन' करणं म्हणजेच खोदकाम करून त्या मिळवणं असं म्हणतात. बिटकॉइन्सचं मुख्य मध्यवर्ती सॉफ्टवेअर ५० बिटकॉइन्सचा एक संच अशा बिटकॉइन्स आपल्या जाळ्यात सोडत राहतं. हॅलचा संगणक, सातोशीचा संगणक असे सगळे संगणक या बिटकॉइन्स मिळवण्याचा प्रयत्न करत होते. यासाठी त्यांना बिटकॉइनच्या जाळ्यानं पाठवलेला एक कूट प्रश्न सोडवणं भाग होतं. जो संगणक हा प्रश्न सगळ्यांत आधी सोडवेल त्या संगणकाला त्या बिटकॉइन्स मिळणार होत्या. त्याचबरोबर इतर सगळे संगणक या बिटकॉइन्स आता उपलब्ध नाहीत आणि त्या अमुक यूजरच्या संगणकाच्या मालकीच्या झाल्या आहेत, याची नोंद करणार होत्या. अशा रीतीनं ५०

बिटकॉइन्सचा पहिला संच एका यूजरच्या मालकीचा झाला की बिटकॉइन्सचं मध्यवर्ती सॉफ्टवेअर ५० बिटकॉइन्सचा दुसरा संच सगळ्या यूजर्ससमोर आणणार होतं. आता हा संच आपल्या मालकीचा करण्यासाठी सगळे संगणक संबंधित संचासाठीचा नवा कूट प्रश्न सोडवण्यासाठी धडपडणार होते.

हॅल जेव्हा आपल्या संगणकाकडे परतला तेव्हा ५० बिटकॉइन्स आपल्या मालकीच्या झाल्या असल्याचं त्याच्या लक्षात आलं. हॅलच्या एका बिटकॉइन ॲड्रेससमोर याची नोंद झाली होती. तसंच बिटकॉइनच्या सार्वजनिक हिशेबवहीमध्ये म्हणजे रजिस्टरमध्ये अशीच नोंद झाल्याचंही त्याला दिसलं. तेव्हा या बिटकॉइन्सना काही अर्थ नव्हता; पण मुळात ही संकल्पना व्यवस्थितपणे चालू शकते या कल्पनेनंच हॅल भारावून गेला. त्यानं खूश होऊन सातोशीला बिटकॉइनची संकल्पना मूर्त रूपात चालू शकल्याच्या समाधानापोटी अभिनंदनपर इमेल लिहिली.

लहानपणापासूनच हॅलला किचकट प्रश्न सोडवण्यासाठी धडपडायला खूप आवडायचं. तसंच तंत्रज्ञानविषयक कामात बुडून जाणारे बहुसंख्य लोक घरकोंबडे आणि शारीरिक कष्टांची अजिबात आवड नसणारे असले तरी हॅल याला अपवाद होता. त्याला स्कीईंगसारख्या गोष्टीही खूप आवडत. इंटरनेटमुळे आपल्यासारखीच क्लिष्ट प्रश्नांची उकल करण्यासाठी धडपडणाऱ्या लोकांशी संपर्क साधणं हॅलला शक्य झालं. यामधला एक अत्यंत महत्त्वाचा मुद्दा सरकार तसंच बलाढ्य संस्था यांच्या वर्चस्वाखाली असलेल्या सर्वसामान्य लोकांना नव्या तंत्रज्ञानामुळे बळ कसं मिळेल आणि ते स्वतंत्रपणे आपलं आयुष्य आणखी सुखकर कसं करू शकतील हा होता. संगणकीकरण आणि इंटरनेटचं वाढणारं जाळं यामुळे सरकार तसंच बलाढ्य संस्था सर्वसामान्य लोकांवरचा आपला लगाम आणखी घट्ट करण्याची शक्यता वाढत चालली होती. याचं कारण म्हणजे सगळी माहिती आता डिजिटल रूपात येत असल्यामुळे ती गोळा करणं, तिचं विश्लेषण करणं, त्यातून निष्कर्ष काढणं हे सरकारला तसंच मोठ्या संस्थांना अगदी सहजपणे जमत होतं. अशा परिस्थितीत सर्वसामान्य लोकांनी आपले हक्क कसे कायम राखायचे, सरकारी किंवा अधिकृत प्रकारचा अंकुश नसलेल्या सोयीसुविधा स्वत:साठी कशा निर्माण करायच्या आणि वापरायच्या, असे प्रश्न हॅलसारख्या लोकांना भेडसावत होते. याचं उत्तर तंत्रज्ञानापासून पळ काढण्यात नसून तंत्रज्ञानातच ते शोधल्यास सापडेल याची त्यांना कल्पना होती.

अशा प्रश्नांची उकल करण्याच्या प्रयत्नात असलेल्या हॅलला 'पब्लिक की

क्रिप्टोग्राफी' म्हणून ओळखल्या जाणाऱ्या भन्नाट संकल्पनेविषयी समजलं. हे समजून घेण्यासाठी आपण एक मुद्दाम तयार केलेलं जरासं विचित्रच उदाहरण विचारात घेऊ. समजा, एका दुकानात काम करणाऱ्या लोकांपैकी कोणीही एक जण रोज रात्री दुकान बंद करताना त्याला कुलूप घालून जातो आणि सकाळी दुकान उघडायच्या वेळी दुसरा एकच ठरावीक माणूस ते उघडायला येतो. आता सुरक्षेच्या कारणांमुळे या मालकाला अशी सोय हवी आहे की रात्री दुकान बंद करताना कुलूप घालण्यासाठी वापरलेली किल्ली पुन्हा ते कुलूप उघडण्यासाठी वापरता येणं शक्य होऊ नये. तसंच सकाळी जो ठरावीक माणूस कुलूप उघडतो त्याच्याकडच्या किल्लीनं कुलूप फक्त उघडलं जायला पाहिजे. त्या किल्लीनं ते बंद करता येणं शक्य होता कामा नये. म्हणजे रात्री दुकान फक्त बंद करता येईल आणि सकाळी ते फक्त उघडता येईल. म्हणजेच आता या दोन किल्ल्या एकसारख्या (सिमिट्रिक) नसून वेगवेगळ्या (असिमिट्रिक) आहेत. तसंच रात्री कुलूप घालायचं काम दुकानातल्या कुणीही करू शकायला हवं असल्यामुळे दुकान बंद करायची किल्ली सगळ्यांकडे असली पाहिजे. म्हणजेच या किल्लीत गुप्त किंवा खासगी असं काही नसणार. पण सकाळी दुकान उघडण्यासाठी वापरली जाणारी किल्ली मात्र ठरावीक एकाच माणसाकडे असली पाहिजे. म्हणजेच ती किल्ली अतिशय गुप्तपणे त्या माणसानं जपून ठेवणं आवश्यक आहे.

वरच्या उदाहरणावरून आता आपण संगणकावर माहिती गुप्त ठेवण्यासाठी तसंच तिची सुरक्षितपणे देवाणघेवाण करण्यासाठी काय करता येईल याच्या तांत्रिक बाजूकडे वळू. आधीच्या उदाहरणाप्रमाणे माहिती सुरक्षित ठेवण्यासाठी एकाच प्रकारची 'की' न वापरता त्या 'की'चे दोन भाग करायचे. त्यातला एक भाग सगळ्या जगाला कळाला तरी फरक पडणार नाही असा, आपल्या दुकान बंद करायच्या किल्लीसारखा अगदी सार्वजनिक (पब्लिक) ठेवायचा. दुसरा भाग मात्र दुकान सकाळी उघडण्यासाठीच्या किल्लीसारखा फक्त ज्या माणसाची ती 'की' असेल त्यालाच माहीत असेल असा खासगी (प्रायव्हेट) ठेवायचा. एकाच 'की'चे हे दोन भाग एकमेकांशी अशा पद्धतीनं जुळलेले असणार होते, की एकाचा कुलूप घालण्यासाठीची किल्ली म्हणून उपयोग केला, तर फक्त त्या दुसऱ्याच भागानं ते कुलूप उघडता येणार होतं. पहिल्या भागानं किंवा जगातल्या दुसऱ्या कुठल्या किल्लीनं ते उघडणं शक्यच नव्हतं.

म्हणजेच, समजा आता एखाद्या बँकेच्या खातेदारांना कुठलाही संदेश 'च'ची भाषा वापरून सुरक्षितरीत्या बँकेकडे पाठवायचा असेल तर त्यासाठी त्यांच्याकडे आणि बँकेकडे

एकसारखी म्हणजेच 'सिमिट्रिक' प्रकारची 'की' असायची गरज नव्हती. त्याऐवजी आता त्या बँकेकडे एका 'की'चे दोन भाग असणार होते. एक भाग म्हणजे सार्वजनिक किंवा 'पब्लिक की'चा; तर दुसरा म्हणजे फक्त त्या बँकेला माहीत असेल अशा खासगी किंवा 'प्रायव्हेट की'चा. बँकेनं आपली प्रायव्हेट की आपल्याकडे गुप्तपणे बाळगणं गरजेचं होतं. ज्या खातेदाराला बँकेकडे गुप्त संदेश पाठवायचा असेल त्यानं आपल्या संदेशाचं 'च'ची भाषा वापरून गूढ भाषेत रूपांतर करण्यासाठी बँकेची पब्लिक की वापरायची. गूढ भाषेतला हा संदेश बँकेकडे पोहोचला की बँक फक्त तिलाच माहीत असलेली प्रायव्हेट की वापरून त्या गूढ भाषेतल्या संदेशाचं मूळ संदेशात रूपांतर करणार होती. आता बँकेच्या सगळ्या खातेदारांनाच काय, पण जगातल्या कुठल्याही माणसाला बँकेची पब्लिक की माहीत असणं शक्य होतं. पण ही पब्लिक की माहीत असूनही कुणाला त्याचा गैर कामांसाठी काहीएक उपयोग होणार नव्हता. कारण 'वन वे' रस्त्याप्रमाणे पब्लिक कीचा वापर एकमार्गी म्हणजे फक्त मूळ संदेशाचं रूपांतर 'च'च्या भाषेत करण्यासाठीच करता येऊ शकतो; पण 'च'च्या भाषेतल्या गूढ संदेशाचं रूपांतर पुन्हा मूळच्या भाषेत करण्याच्या दृष्टीनं मात्र ही पब्लिक की एकदम कुचकामी ठरते. यासाठी 'प्रायव्हेट की'चीच गरज भासते आणि ती तर फक्त बँकेलाच माहीत असणार होती!

याचा उपयोग दुसऱ्या बाजूनंसुद्धा करता येतो. म्हणजे समजा आपल्याला एखादा संदेश आपणच पाठवलेला असल्याचं सिद्ध करायचं असेल तर? अशा वेळी आपण आपल्याकडचा हा संदेश आपल्या प्रायव्हेट कीनं गूढ भाषेत बदलला तर हा संदेश आपणच पाठवला असल्याचं सिद्ध होईल. याचं कारण म्हणजे आपली प्रायव्हेट की फक्त आपल्यालाच माहीत असू शकते. म्हणजेच मूळ संदेशाचं रूपांतर गूढ भाषेत करण्यासाठी आपली प्रायव्हेट की वापरलेली असेल तर ती आपणच वापरलेली असेल हे नक्की. हा गुणधर्मसुद्धा खूप महत्त्वाचा ठरतो.

आता या सगळ्याचा आभासी चलनाशी संबंध कसा येतो याचा विचार करू. आपल्या नेहमीच्या कागदी चलनाचे व्यवहार कसे होतात? समजा आपण बँकेमधून पैसे काढले; म्हणजेच या नोटा काढल्या. यानंतर आपण या नोटा कधी, कुठे आणि कशा वापरतो यावर बँक नजर ठेवू शकत नाही. म्हणजेच एकदा या नोटा आपण काढल्या की त्यानंतर त्या नोटांचा आणि आपला थेट संबंध बँक किंवा इतर कुणीच जोडू शकत नाही. अर्थातच कुणी जाणूनबुजून नोटांचे क्रमांक लिहून घेतले आणि नंतर ते सातत्यानं तपासले तर कधीतरी या नोटांच्या वापराविषयीची माहिती मिळू शकेल. अन्यथा, एकदा

आपल्याकडे नोटा आल्या की त्या 'निनावी' झाल्या असा अर्थ होतो. इंटरनेटवरच्या आभासी चलनाच्या बाबतीत मात्र असं घडू शकणार नाही, असं सुरुवातीचं चित्र होतं. याचं कारण म्हणजे आभासी चलनाचे व्यवहार थेट दोन माणसांमध्ये घडणं शक्य नव्हतं. यातून आधी उल्लेख केल्याप्रमाणे डबल स्पेंडिंग प्रॉब्लेम निर्माण होऊ शकतो. म्हणजेच एकदा खर्च झालेलं आभासी चलन परत एकदा वापरलं जात नाही ना, याची खातरी करावी लागते. यासाठी ज्या दोन माणसांमध्ये किंवा संस्थांमध्ये आभासी चलनाचा व्यवहार होणार असतो त्यांना हा व्यवहार बँकेसारख्या मध्यवर्ती आणि खातरीशीर संस्थेमार्फत करावा लागतो. यामुळे आभासी चलनामधले गैरप्रकार टळायला मदत होते; म्हणजेच डबल स्पेंडिंग प्रॉब्लेम निर्माण होत नाहीत. अशा प्रकारे बँकेसारख्या मध्यवर्ती संस्थेची मदत घेतल्याचा दुष्परिणाम म्हणजे आभासी चलन कुणी कुठे वापरलं याचे सगळे तपशील या मध्यवर्ती संस्थेकडे गोळा होतात. मुळात हे टाळण्यासाठीच तर आभासी चलनाची निर्मिती करण्याची संकल्पना जन्मलेली आहे!

डेव्हिड शॉम नावाचा संगणकतज्ज्ञ सर्वसामान्य लोकांची खासगी माहिती इंटरनेटवर जपण्यासाठी काय करता येईल या गोष्टीवर बराच काळ काम करत होता. इंटरनेटवरच्या आभासी चलनाच्या संदर्भातही त्याचं संशोधन सुरू होतं. यातूनच त्यानं 'डिजिकॅश' नावाचं आभासी चलन ॲमस्टरडॅममध्ये काम करत असताना तयार केलं. आपली खासगी माहिती उघड न करता कुणालाही इंटरनेटवरून आर्थिक व्यवहार करणं शक्य व्हावं यासाठीची ही योजना होती. अमेरिकेमध्ये 'मार्क ट्वेन' बँकेनं डिजिकॅश हे चलन आपल्या खातेदारांना उपलब्ध करून दिलं. हॅलला हे समजताच त्यानं यासाठीचं खातं उघडलं. मोठ्या उत्साहानं हॅलनं डिजिकॅश वापरायला सुरुवात केली खरी; पण लगेचच त्यामधली मुख्य अडचण त्याला समजली. डिजिकॅशचा वापर करून जरी संबंधित यूजर आपल्या चलनावर कुठल्या बँकेनं बारीक नजर ठेवण्यापासून वाचत असला, तरी शॉमच्या कंपनीचं या चलनावर बारीक लक्ष होतं. म्हणजेच शॉमच्या कंपनीच्या सॉफ्टवेअरकडे डिजिकॅशसाठीच्या व्यवहारांची मध्यवर्ती संस्था म्हणून जबाबदारी होती. हेच तर हॅलला नको होतं!

१९९८मध्ये शॉमची कंपनी देशोधडीला लागली. डिजिकॅशची संकल्पना गुंडाळण्यात आली. यामुळे हॅल आणि त्याचे समविचारी लोक परत एकदा आपल्याला हव्या तशा आभासी चलनाच्या निर्मितीच्या विचारात गढून गेले. एकतर आपल्या चलनाचा वापर करून कुणी त्याचीच प्रत म्हणजे 'कॉपी' काढून ती पुन्हा वापरू शकता कामा नये; पण त्याचबरोबर या चलनाचा प्रवास नक्की कसा झाला यामधले बारकावे समजून

घेऊ शकता कामा नये, अशा दोन्ही गोष्टी या आभासी चलनाद्वारे साध्य होणं अपेक्षित होतं. खूप खटाटोप करूनसुद्धा हे जमणं शक्य नाही, असं म्हणून अनेक जणांनी या आभासी चलनाचा नाद सोडून दिला; पण हॅलला मात्र हे मान्य नव्हतं. त्यानं नेटानं आपले प्रयत्न सुरू ठेवले. यात कुठल्याही आर्थिक लाभाची हॅलला अपेक्षा नव्हती; त्याला तशी गरजसुद्धा नव्हती. लोकांना मुक्तपणे आर्थिक व्यवहार करता यावेत यासाठी एक खातरीशीर आभासी चलन असावं यासाठीच त्याची धडपड सुरू होती.

पैसा या गोष्टीवर सरकारचं आणि संबंधित देशांच्या मध्यवर्ती बँकांचं नियंत्रण असतं. अमेरिकेच्या 'फेडरल रिझर्व्ह' या मध्यवर्ती बँकेचा माजी अध्यक्ष ॲलन ग्रीनस्पॅन यानं मात्र १९९६मध्ये आपल्या एका भाषणात फक्त सरकारच्याच वतीनं नव्हे, तर खासगी तत्त्वांवरसुद्धा काही काळातच पैसा ही गोष्ट तयार केली जाईल असं भाष्य केलं होतं. इतकंच नव्हे, तर याविषयी भीती किंवा खेद व्यक्त न करता ग्रीनस्पॅननं या गोष्टीचं स्वागतच केलं.

ग्रीनस्पॅनच्या या भाषणानंतरच्या काळात इंटरनेटवरच्या आभासी चलनाच्या निर्मितीविषयीचं काम एकदम जोरात सुरू झालं. अनेक जणांनी यात लक्ष घातलं. १९९७मध्ये ॲडम बॅक नावाच्या एका ब्रिटिश संशोधकानं आपण 'हॅशकॅश' या नावाचं आभासी चलन तयार करत असल्याची घोषणा केली. आभासी चलनाची नक्कल करून ते दोन किंवा जास्त वेळा वापरलं जाण्याची भीती आपल्या चलनाच्या बाबतीत नसेल, असं त्यानं सांगितलं. यासाठी बॅकनं संगणकीय विश्वात खूप मोठ्या प्रमाणावर वापरली जाणारी 'मेसेज डायजेस्ट' किंवा 'हॅश' म्हणून ओळखली जाणारी संकल्पना वापरायचं ठरवलं. हे समजून घेण्याचा प्रयत्न करू.

समजा, आपल्याला लोकांच्या इच्छापत्रासाठी म्हणजेच मृत्युपत्रासाठी सॉफ्टवेअर लिहायचं आहे. त्यामधली मुख्य गोष्ट म्हणजे कुणीही या इच्छापत्रामध्ये बदल करण्याचा प्रयत्न केला तर आपल्याला ते लगेचच समजलं पाहिजे, अशी असायला हवी असं गृहीत धरू. अशा वेळी आपण वर उल्लेख केलेल्या मेसेज डायजेस्टचा म्हणजेच हॅश तंत्रज्ञानाचा वापर करू शकतो. यासाठी आधी हे इच्छापत्र संगणकामध्ये टाईप करून सेव्ह केलं जाईल. म्हणजेच या इच्छापत्राची संगणकावर एक फाईल तयार होईल. एकदा अशी फाईल तयार झाली की या फाईलचा हॅश काढण्याची सोय उपलब्ध असते. यासाठी संगणकामध्ये एक सॉफ्टवेअर असतं. हे सॉफ्टवेअर आपण इच्छापत्राच्या फाईलवर चालवायचं. लगेचच हे सॉफ्टवेअर आपल्याला त्या इच्छापत्राचा हॅश काढून देतं. हा

हॅश म्हणजे पुन्हा संगणकामध्ये साठवली जाऊ शकणारी एक फाईलच असते. आता या हॅश फाईलचा काय उपयोग? तर, कुठल्याही इच्छापत्रासाठीची मूळ फाईल आणि तिची हॅश फाईल यांच्यामध्ये एकदम घट्ट नातं असतं. कुठल्याही इच्छापत्रासाठीची मूळ फाईल आपण उघडली आणि कधीही तिच्यावर हॅश काढण्यासाठीचं सॉफ्टवेअर चालवलं तर आपल्याला दर वेळी तो आणि तोच हॅश मिळतो. म्हणजेच मूळ फाईलमधला मजकूर बदलला नाही तर हॅश मजकूरसुद्धा बदलत नाही. याचाच अर्थ, आपण मूळ इच्छापत्राची फाईल आणि तिचा हॅश या दोन गोष्टी साठवून ठेवल्या की, त्यानंतर कुणीच इच्छापत्राच्या मजकुरात यशस्वीपणे बदल करू शकणार नाही. कारण अशा मजकूर बदललेल्या इच्छापत्राच्या फाईलचा हॅश आपण काढून बघितला तर तो मूळ इच्छापत्राच्या आपण काढून ठेवलेल्या हॅशशी जुळणार नाही. तेव्हाचा मूळ फाईलचा हॅश आणि आता बदललेल्या फाईलचा हॅश या दोघांमध्ये फरक असणार हे अगदी नक्की असतं. यावरून कुणीतरी इच्छापत्राच्या मजकुराच्या फाईलमध्ये बदल केल्याचं आपल्या लक्षात येईल. साहजिकच असे फेरफार करणाऱ्या माणसाचा हेतू असफल होईल.

हॅशचा दुसरा अत्यंत महत्त्वाचा गुणधर्म कदाचित वरच्या उदाहरणातून पटकन लक्षात आला नसेल; म्हणून त्याविषयीही बोलू. कुठल्याही दोन वेगवेगळ्या संगणकीय फायलीचे हॅश वेगळेच असतात. म्हणजेच, समजा आपल्याकडे दोन वेगवेगळ्या संगणकीय फायली असतील आणि त्यांचे आपण स्वतंत्रपणे हॅश काढले तर या हॅशची किंमत वेगवेगळीच असते.

तिसरी गोष्ट म्हणजे कुठल्याही मूळ संगणकीय फाईलचा हॅश आपल्याला काढणं शक्य असलं तरी समजा आपल्याकडे मूळ फाईल नसेल आणि फक्त हॅशच असेल तर या हॅशवरून त्यासाठीची मूळ फाईल कोणती, हे आपण काढू शकत नाही. म्हणजेच, आपल्याकडे फक्त हॅश फाईल असेल, तर कुठल्या फाईलवरून हा हॅश काढण्यात आला होता हे आपण शोधू शकत नाही किंवा ते सिद्धसुद्धा करू शकत नाही. म्हणजेच मूळ फाईल ते हॅश हा प्रवास अगदी सहजपणे आणि खातरीलायकरीत्या होतो; पण हॅश ते मूळ फाईल हा उलटा प्रवास मात्र अशक्य असतो.

सारांश, म्हणजे आपल्याकडच्या कुठल्याही संगणकीय फाईलचा हॅश आपल्याला कधीही काढता येतो. त्या फाईलच्या मजकुरात आपण अजिबात फेरबदल केले नाहीत तर कितीही वेळा या फाईलचा हॅश आपण काढला तरी दर वेळी हॅशची तीच किंमत आपल्याला मिळते. मात्र, फाईलच्या मजकुरात आपण अगदी बारीकसा बदल जरी केला

आणि तिचा नवा हॅश काढला तर मूळ हॅश आणि हा नवा हॅश अजिबात जुळत नाहीत. म्हणजेच फाईलमधला मजकूर बदलला की तिचा हॅशही नक्कीच बदलणार. तसंच याचाच अर्थ आपल्याकडच्या दोन फायलीच मुळात निरनिराळ्या असतील तर त्यांचे हॅशही वेगवेगळेच असणार. तसंच आपल्याकडे नुसता हॅश असेल तर त्यावरून आपल्याला कुठल्या मूळ फाईलवरून हा हॅश काढण्यात आला होता हे सांगता किंवा सिद्ध करता येत नाही.

'हॅशकॅश' या आभासी चलनाच्या संदर्भात नेमकी हीच संकल्पना वापरली गेली. कुठल्याही माणसाकडच्या आभासी चलनाची नोंद संगणकामधल्या एका फाईलमध्ये केली जाई. त्याच वेळी त्या आभासी चलनाच्या फाईलसाठीचा हॅशही काढला जाई. मूळ फाईल पुसून टाकली जाई आणि तिच्या हॅश फाईलचा पुढे वापर केला जाई. हॅश फाईलवरून मूळ फाईल मिळवणं अशक्य असल्यामुळे हे चलन मुळात कुठल्या फाईलसाठी होतं हे आता कुणी सिद्ध करू शकत नसे. स्वाभाविकपणे या चलनाचा मूळ मालक कोण, हे आता कुणालाच समजत नसे. म्हणजेच आभासी चलनाच्या वापरामुळे एखाद्या माणसावर वेगवेगळ्या प्रकारे लक्ष ठेवणं कुणालाही शक्य नसे. कुठल्याही दोन फायलीच्या हॅशच्या किमती वेगवेगळ्या असल्यामुळे दोन वेगवेगळ्या चलनाच्या फायलीमध्ये गल्लत होण्याचाही प्रश्न नसे. तसंच एकाच चलनाची बनावट प्रत तयार करून ती वापरायचा प्रयत्न करणंही अशक्य असे. कारण चलनाच्या एका फाईलची समजा आणखी एक प्रत काढली तर मूळ चलनाची फाईल आणि तिची प्रत असलेली फाईल या दोन्ही फायलीसाठीच्या हॅशची किंमत एकसारखीच असणार. साहजिकच एकच हॅश दोन वेळा वापरला जात असताना पकडला जाणार आणि यातून डबल स्पेंडिंग प्रॉब्लेमसुद्धा आपोआपच सुटणार.

संकल्पनेच्या दृष्टीनं हॅशकॅश हे अत्यंत प्रभावी आभासी चलन असलं तरी प्रत्यक्षात दोन अडचणींमुळे ते फारसं लोकप्रिय झालं नाही. एक म्हणजे आत्ता म्हटल्याप्रमाणे मूळ चलनाच्या प्रत्येक फाईलसाठी एक हॅश तयार होई. हा हॅश म्हणजेच हे चलन एकदाच वापरता येई. साहजिकच नवं चलन निर्माण करायचं म्हणजे नवी फाईल तयार करणं आणि या नव्या फाईलसाठीचा हॅश तयार करणं आलं. हॅशकॅशमध्ये यासाठीची संगणकीय प्रक्रिया खूप किचकट आणि वेळखाऊ असे. साहजिकच आपल्याकडचं चलन राखून ठेवायला लोक प्राधान्य देण्याची शक्यता वाढायला लागली. याचाच दुसरा भाग म्हणजे ज्या माणसाकडे प्रचंड मोठ्या प्रमाणावर संगणक आणि इंटरनेट यासाठीच्या सुविधा

असतील त्याला नव्यानं चलन निर्माण करणं आणि त्याचा हॅशतयार करणं तुलनेनं खूप सोपं असे. साहजिकच अशा लोकांचं हॅशकॅशवर वर्चस्व निर्माण होणार असं दिसायला लागलं. जर अशा लोकांनी खूप मोठ्या प्रमाणावर चलनाची निर्मिती करण्याचा सपाटा लावला तर चलनाचं एकूण प्रमाण वाढल्यामुळे आधीपासून ज्यांच्याकडे चलन असेल आणि त्यांनी ते मुद्दाम राखून ठेवलं असेल त्या चलनाची किंमत आपोआप घसरणार.

बँकच्या हॅशकॅशमधल्या या अडचणींवर मात करण्यासाठी काही जणांनी प्रयत्न सुरू केले. हॅशकॅश अवतरल्यानंतर साधारण वर्षभराच्या आत दोन जणांनी यात थोडं यश मिळवलं. आभासी चलन वैध आहे का अवैध आहे, हे ठरवू शकण्याची सोय तर त्यात होतीच; पण जसं हॅशकॅशमधलं चलन एकदा वापरलं की ते बाद ठरवलं जायचं, तसं न करता आता ते चलन वैधपणे एकाहून जास्त वेळी वापरणंही शक्य झालं. यासाठी 'सायफरफन्क' या नावानं ओळखल्या जाणाऱ्या एका समूहाचे प्रयत्न उपयोगी ठरले. या समूहामध्ये समविचारी आणि सातत्यानं नवनव्या क्लृप्त्या लढवणारे खटपटे लोक होते. त्यांच्यामधल्या निक स्झॅबो नावाच्या उद्योगी माणसानं 'बिट गोल्ड' नावाची एक कल्पना तयार केली होती. तिचा वापर हॅशकॅशशी संबंधित असलेले काही प्रश्न सोडवण्यासाठी करण्यात आला. याखेरीज वाई डाई नावाच्या हॅकरच्या मेंदूतून अवतरलेल्या 'बी-मनी' नावाच्या संकल्पनेचाही उपयोग झाला. अर्थातच या सायफरफन्क समूहातल्या लोकांचे एकमेकांशी अनेकदा वादविवादही व्हायचे. तरीसुद्धा त्यात निव्वळ विरोधासाठी विरोध करणं असा प्रकार फारसा घडत नसे. मुद्द्यांवरूनच लोक एकमेकांशी भांडत. तसंच शेवटी सगळ्यात चांगलं जे असेल तेच सगळ्यांसाठी चांगलं असल्याचंही सगळे शेवटी मान्य करत. या मंडळींच्या संकल्पनांच्या भराऱ्यांना नील स्टीफन्सन यानं लिहिलेलं १९९९मधलं 'क्रिप्टोनॉमिकॉन' हे पुस्तकसुद्धा खूप प्रेरणादायी ठरलं. आपल्या या कादंबरीत स्टीफन्सननं पूर्णपणे इंटरनेटचा वापर करून चालणाऱ्या आभासी चलनाच्या आधारे सुरू असलेल्या व्यवहारांचं जग कल्पिलेलं होतं. हॅशकॅशनं काही काळ कल्पनांच्या या भराऱ्यांना खूप वर नेलं; पण हळूहळू त्यामधल्या काही अडचणींनी डोकं वर काढलं. मुख्य म्हणजे सरकारी किंवा मध्यवर्ती बँकांसारख्या संस्थांच्या अनुपस्थितीत विश्वासार्ह चलन कसं निर्माण करायचं आणि असंख्य अडचणींमधून मार्ग काढून या चलनाचे व्यवहार सुरळीतपणे कसे सुरू ठेवायचे हा प्रश्न सोडवणं गरजेचं होतं. ते अजूनही जमत नव्हतं. तसंच सर्वसामान्य लोकांना या चलनाचा वापर करण्यासाठी कसं आकर्षित करायचं हेसुद्धा या खटाटोपी लोकांच्या लक्षात येत नव्हतं. आभासी चलनाचं स्वप्न अजूनही दूर वाटत होतं.

२००८च्या ऑगस्ट महिन्यात सातोशी नाकामोटोनं हॅशकॅशचा निर्माता ॲडम बॅक याला एक इमेल लिहिली. या इमेलमध्ये सातोशीनं आपल्या डोक्यात घोळत असलेल्या 'बिटकॉइन' या संकल्पित चलनाचं वर्णन करणारं एक विवेचन लिहिलं होतं. बॅकनं तेव्हा सातोशीचं नाव फारसं ऐकलेलं नसल्यामुळे तसंच त्याला बिटकॉइनविषयीही काहीच माहीत नसल्यामुळे त्यानं या इमेलकडे तसं दुर्लक्षच केलं. बॅकनं फारसा प्रतिसाद दिला नाही, तरी नाउमेद न होता सातोशीनं आपल्या संकल्पनेवर आधारलेला आणखी एक विस्तृत शोधनिबंध आभासी चलनाच्या निर्मितीच्या खटाटोपात गुंतलेल्या मंडळींच्या समूहाला ३१ ऑक्टोबर २००८ या दिवशी दुपारी २.१० वाजता इमेलनं पाठवून दिला. या मंडळींच्या नेहमीच्या पद्धतीनुसार सातोशीनं स्वत:विषयी काहीच लिहिलेलं नव्हतं. म्हणजेच ही संकल्पना कुणी मांडलेली आहे याविषयी न बोलता सातोशीनं फक्त आपल्या डोक्यामधल्या गोष्टी लिहिल्या होत्या. सातोशीनं अत्यंत आक्रमकपणे लिहिलेल्या या शोधनिबंधाची सुरुवातच एकदम दणदणीत होती. आभासी चलनाशी संबंधित असलेल्या मुख्य अडचणी सोडवण्यात आपल्याला यश आल्याचं त्यात म्हटलं होतं. कुणाचीही मध्यस्थी नसलेली; म्हणजेच सरकार किंवा मध्यवर्ती बँकेचं नियंत्रण नसलेली ही व्यवस्था आहे, असं तो म्हणत होता. म्हणजेच यूजर्सना डिजिकॅशसारखं कुणावरही अवलंबून राहण्याची गरज नव्हती. तसंच 'ही मध्यवर्ती संस्था विश्वासार्ह कशावरून आहे?' असा डिजिकॅशच्या बाबतीत विचारला जात असलेला प्रश्नही इथे उपस्थित होत नव्हता.

सातोशीच्या 'बिटकॉइन'मध्ये ही सोय असण्यामागचं मुख्य रहस्य म्हणजे कुठल्याही त्रयस्थ मध्यस्थाऐवजी या चलनाच्या व्यवहारांमध्ये सहभागी असलेल्या लोकांनीच हे सगळं सांभाळायचं होतं. 'त्यांनी म्हणजेच त्यांच्या संगणकांनी' असा याचा अर्थ होता. बिटकॉइन वापरणाऱ्या लोकांच्या समूहाकडे बिटकॉइनच्या व्यवहाराच्या सगळ्या नोंदी असणार होत्या. या नोंदींच्या तंत्रज्ञानालाच 'ब्लॉकचेन' असं नाव पडलं. अर्थातच हे प्रकरण भलतंच किचकट होतं. त्यात अनेक क्लिष्ट संकल्पना होत्या. भल्याभल्यांना ते सहजपणे समजून घेणं शक्य नव्हतं. तरीसुद्धा अशा प्रकारचं तंत्रज्ञान नक्कीच बनू शकतं असा आत्मविश्वास सातोशीनं व्यक्त केला होता आणि हा निव्वळ पोकळ आत्मविश्वास नव्हता. त्यासाठीची आखणी केल्याचं त्याच्या वर्णनावरून दिसून येत होतं. त्याचा सारांश असा :

बिटकॉइन वापरणाऱ्या प्रत्येक यूजरकडे एक किंवा त्याहून जास्त पब्लिक की असणार होत्या. एका माणसाची जशी अनेक बँक खाती असतात तसा हा प्रकार होता.

अशा प्रत्येक कीसाठी त्या यूजरकडे संबंधित प्रायव्हेट की होती. आपल्याकडच्या बिटकॉइन्स खर्च करण्यासाठी कुठल्याही यूजरला त्या खात्यासाठीची प्रायव्हेट की वापरणं गरजेचं होतं. आपल्या नेहमीच्या पासवर्डसारखीच प्रायव्हेट की असली तरी पासवर्ड आणि प्रायव्हेट की यांच्यात एक महत्त्वाचा फरक होता. सर्वसामान्यपणे जेव्हा आपण आपला पासवर्ड वापरतो तेव्हा हा पासवर्ड बरोबर आहे का नाही, हे तपासण्यासाठीची यंत्रणा संबंधित वेबसाईटकडे असते. उदाहरणार्थ, आपण जेव्हा आपल्या ऑनलाईन बँकिंगच्या खात्याला लॉगइन करण्याचा प्रयत्न करतो तेव्हा आपला यूजर आयडी आणि पासवर्ड ही माहिती बरोबर आहे का नाही, हे बँकेचा सर्व्हर तपासतो. प्रायव्हेट कीचं मात्र तसं नसतं. कुठल्याही यूजरची प्रायव्हेट की ही फक्त त्याच्याकडेच असते. ती बरोबर आहे का नाही, हे फक्त त्या प्रायव्हेट कीशी संबंधित असलेली पब्लिक कीच सांगू शकते. कुठल्याही यूजरची पब्लिक की तर सार्वजनिक असते; म्हणजेच सगळ्यांकडे असते. म्हणजेच यूजर आपली प्रायव्हेट की फक्त आपल्याकडेच ठेवणार. ही की त्यानं वापरल्यावर ती बरोबर आहे का नाही, हे त्या यूजरची पब्लिक कीच ठरवू शकणार. ही पब्लिक की सगळ्यांकडे असल्यामुळे त्यात लपवण्यासारखं काही नसणार.

म्हणजेच, समजा राम नावाच्या बिटकॉइन यूजरनं आपल्याकडची एक बिटकॉइन खर्च करण्याचा प्रयत्न करायचा म्हटलं की त्याला आपली प्रायव्हेट की वापरावी लागणार. आपली प्रायव्हेट की वापरून रामनं बिटकॉइन खर्च करण्याचा प्रयत्न केल्याचं बिटकॉइनच्या जाळ्यातल्या इतर सगळ्या यूजर्सना आपोआप समजणार. रामची पब्लिक की त्यांच्याकडे असणारच. रामची ही पब्लिक की वापरून हे सगळे यूजर्स रामचा व्यवहार योग्य आहे का नाही, हे ठरवणार. म्हणजेच राम जी बिटकॉइन वापरू पाहतो आहे ती मुळात त्याच्या मालकीची आहे का, हे यावरून समजणार. एकदा का राम खर्चू पाहत असलेली बिटकॉइन त्याच्याच मालकीची होती, हे नक्की झालं की रामचा व्यवहार पूर्ण होणार आणि याची नोंद बिटकॉइन्सच्या व्यवहारांची सार्वजनिक नोंदवही असलेल्या ब्लॉकचेनमध्ये होणार.

अशा व्यवहारांची ब्लॉकचेनमध्ये नोंद करण्यासाठी बिटकॉइनच्या जाळ्यामधल्या सगळ्या यूजर्समध्ये एक स्पर्धा असेल असं सातोशीचं म्हणणं होतं. हाच बिटकॉइनमधला सगळ्यात किचकट प्रकार होता. ही स्पर्धा जो यूजर जिंकेल त्याच्या संगणकाकरवी बिटकॉइनच्या ब्लॉकचेनमध्ये रामच्या व्यवहाराची नोंद सध्याच्या ब्लॉकमध्ये केली जाणार. यूजर्समधल्या स्पर्धेचा भाग आधीच्या डिजिकॅशमध्येही होता; पण नंतरचा

ब्लॉकचेनमधला नोंदीचा भाग मात्र त्यात नव्हता. तसंच बिटकॉइनचं आणखी एक वैशिष्ट्य म्हणजे जो यूजर ब्लॉकचेनमध्ये या व्यवहाराची नोंद करण्यासाठीची स्पर्धा जिंकेल त्याला ५० बिटकॉइन्सचा एक संच भेट मिळणार होता. नव्या बिटकॉइन्सची निर्मिती करण्याचा हाच एकमेव मार्ग असणार होता. या बक्षिसाच्या आशेपोटी बिटकॉइन यूजर्स आपल्या संगणकांना या व्यवहारांमध्ये सहभागी करण्यासाठी उत्सुक असणार होते. ही स्पर्धा म्हणजे नक्की काय प्रकार होता?

कुणीही बिटकॉइनशी संबंधित असलेला व्यवहार केला की त्या व्यवहाराचा एक हॅश निघणार होता. म्हणजेच समजा, रामनं श्यामला पैसे पाठवले तर या व्यवहाराची हॅशच्या स्वरूपातली एक नोंद होणार होती. ही हॅशच्या स्वरूपातली नोंद राम बिटकॉइनवरच्या सगळ्या यूजर्सना पाठवून देणार होता. लगेचच हे सगळे यूजर्स ही नोंद तपासून तिची नोंद ब्लॉकचेनमध्ये करण्यासाठी धडपडणार. म्हणजेच यासाठी त्यांच्यात स्पर्धा होणार. आता यात कसली स्पर्धा, असं आपल्याला वाटेल. कारण ज्या यूजरचा संगणक सगळ्यात जास्त क्षमतेचा आणि वेगवान असेल तो ही नोंद ब्लॉकचेनमध्ये सगळ्यात आधी करणार

रामने श्यामला ३ बिटकॉइन्स पाठवल्या

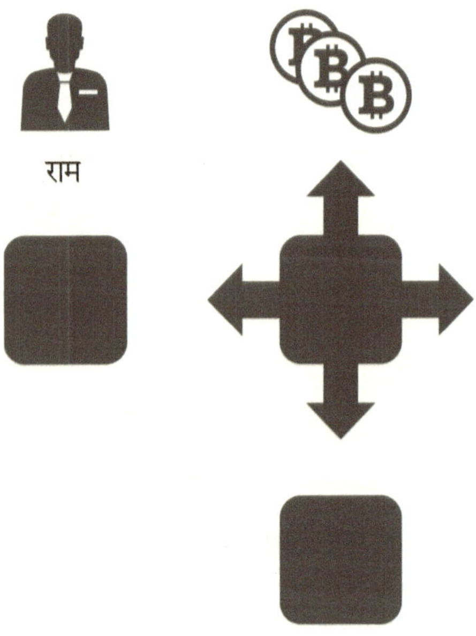

आणि ही स्पर्धा जिंकणार असं आपल्याला वाटेल. यात बरंच तथ्य असलं तरी एक महत्त्वाची गोष्ट सातोशीनं केली होती, ती म्हणजे अशा प्रत्येक नोंदीसाठी बिटकॉइनच्या तंत्रज्ञानाच्या वतीनं एक नवा आणि वेगळा अंक गृहीत धरला जायचा आणि तो लपवलेला असायचा. ब्लॉकचेनमध्ये नव्या व्यवहाराची नोंद करण्यासाठी धडपडणाऱ्या सगळ्या संगणकांना हा अंक कोणता असेल याविषयीचे अंदाज बांधणं भाग असे. त्यानुसार प्रत्येक संगणक हा आकडा नक्की कोणता आहे, यासंबंधीची तपासणी करत राही. ज्या संगणकाला बरोबर अंक पहिल्यांदा सापडेल तो ही स्पर्धा जिंकला असा नियम होता. याचं एक उदाहरण घेऊ :

१. समजा, रामला श्यामकडे दोन बिटकॉइन्स पाठवायच्या आहेत. त्यानं यासाठीची नोंद बिटकॉइनच्या सॉफ्टवेअरमध्ये करताच बिटकॉइनचं सॉफ्टवेअर त्यासाठीचा हॅश काढेल.
२. वर काढण्यात आलेला हॅश बिटकॉइनच्या जाळ्यामधल्या प्रत्येक यूजरकडे पाठवला जाईल.
३. सगळे यूजर्स आता या हॅशची नोंद बिटकॉइनच्या ब्लॉकचेनमध्ये करण्यासाठी जोरदार प्रयत्न सुरू करतील.
४. हॅशची ही नोंद पुरेशी नाही. बिटकॉइनच्या तंत्रज्ञानानं या हॅशबरोबर जोडण्यासाठी एक अंक 'मनात धरला' असेल.
५. बिटकॉइनच्या जाळ्यामधल्या प्रत्येक यूजरचा संगणक हा अंक कोणता आहे, हे तपासण्यासाठी सातत्यानं आकडेमोड करून निरनिराळे अंक बिटकॉइनच्या मूळ अंकाशी ताडून बघेल.
६. ज्या यूजरचा आकडा बिटकॉइनच्या मूळ अंकाशी जुळेल त्या यूजरचा संगणक रामच्या व्यवहाराच्या हॅशची नोंद ब्लॉकचेनमध्ये करेल.
७. या यूजरला बिटकॉइनच्या जाळ्याकडून ५० बिटकॉइन्स भेट मिळतील.

आता रामचा बिटकॉइन व्यवहार ब्लॉकचेनमध्ये नक्की कुठल्या यूजरच्या संगणकानं नोंदवायचा, हे कसं ठरवायचं? म्हणजेच यासाठीची शर्यत कोण जिंकलं हे कसं समजायचं? यासाठी वरच्या घटनाक्रमानंतर बिटकॉइनच्या जाळ्यातल्या संगणकांचं चक्क मतदान घ्यायचं आणि त्यात ज्या संगणकाला बहुमत मिळेल त्या संगणकानं ही नोंद करायची असं ठरवायचं. तसंच या बहुमताच्या बाजूनं जे संगणक नसतील त्यांच्याकडे इथून पुढे ते बहुमत मान्य करेपर्यंत दुर्लक्ष करायचं, अशी या व्यवस्थेची मांडणी होती. आपल्या

उदाहरणात रामच्या व्यवहाराची नोंद ब्लॉकचेनमध्ये करण्यासाठीची स्पर्धा प्रकाशनं जिंकली, असं बिटकॉइनचं जाळं बहुमतानं सांगत असताना, मोजके काही जण मात्र ही शर्यत धीरजनं जिंकली असं म्हणत असतील तर? बहुमत प्रकाशच्या बाजूनं असल्यामुळे प्रकाशचा संगणक ब्लॉकचेनमध्ये रामच्या व्यवहाराची नोंद करेल. तसंच प्रकाशला ५० बिटकॉइन्सचा नवा संच मिळेल. ज्या लोकांनी धीरजच्या बाजूनं मत दिलं त्यांचं काय? अशा संगणकांनी चूक केली असल्याचं मानून बिटकॉइनची यंत्रणा त्यांच्या या आणि इथून पुढच्या मतांकडे दुर्लक्ष करेल. म्हणजेच या संगणकांचे यूजर्स बिटकॉइनच्या मतदानाला इथून पुढे अपात्र ठरतील. जोपर्यंत ते बहुमताचा आदर करून रामच्या व्यवहारासंबंधीची नोंद प्रकाशच्या बाजूनं करायला हवी होती, असं म्हणत नाहीत तोपर्यंत त्यांच्यावरचा बहिष्कार सुरू राहील. बिटकॉइनचे व्यवहार लोकशाही मार्गानं व्हावेत आणि काही मोजक्या संगणकांना चलाखीनं नव्या बिटकॉइन्स मिळवणं खूप अवघड व्हावं यासाठी या योजना आखण्यात आल्या होत्या. म्हणजेच, काही मोजक्या यूजर्सनी दगाफटका करून किंवा काही अन्य गैर मार्ग वापरून नव्या बिटकॉइन्स गिळंकृत करण्याचा प्रयत्न केला तरी तो असफल व्हावा, असा यामागचा हेतू होता. याशिवाय बिटकॉइनचं कामकाज चालवणाऱ्या सॉफ्टवेअरमध्ये फेरफार करण्याचे प्रयत्नसुद्धा लोकशाही मार्गानं हाताळले जाणार होते. हे सॉफ्टवेअर सुरुवातीला सगळीकडे अगदी एकसारखं असेल असं ठरलं. म्हणजेच प्रत्येक यूजरच्या संगणकावरचं बिटकॉइन सॉफ्टवेअर तेच असेल. नंतर यात कुठल्या यूजरला सुधारणा किंवा बदल यातलं काही करावंसं वाटलं तर पुन्हा लोकशाही पद्धतीनं यावर मतदान घेतलं जाणार. जर या बदलांना बहुमत मिळालं तर सगळ्या संगणकांवर बिटकॉइनचं हे नवं सॉफ्टवेअर येणार. ज्या संगणकांचा या सगळ्याला विरोध असेल आणि जे बहुमत स्वीकारणार नाहीत ते बिटकॉइनच्या जाळ्यातून बाहेर फेकले जाणार. त्यांनी बहुमताचा आदर करून हे बदल स्वीकारेपर्यंत ते बिटकॉइनचा भाग बनू शकणार नाहीत.

याचा सारांश असा :

- रामसारखा बिटकॉइनच्या जाळ्यामधला एक यूजर आपल्या खात्यामधल्या काही बिटकॉइन्स दुसऱ्याच्या खात्यात भरण्यासाठीचा व्यवहार करणार. यासाठी त्याला आपली प्रायव्हेट की वापरावी लागणार. म्हणजेच आपली प्रायव्हेट की वापरून राम आपल्या बिटकॉइनच्या व्यवहारावर डिजिटल सिग्नेचर करणार. तसंच आपल्या या व्यवहाराची घोषणा राम बिटकॉइनच्या

जाळ्यामधल्या इतर सगळ्या यूजर्सपाशी करणार.

- इतर सगळे यूजर्स रामच्या बिटकॉइनच्या या खात्यात पुरेसे बिटकॉइन्स शिल्लक होत्या ना, याची आधी खातरी करणार. ते झाल्यावर हे यूजर्स रामच्या या नव्या व्यवहाराची नोंद अलीकडे झालेल्या व्यवहारांची नोंद असलेल्या हिशेबाच्या नोंदवहीत म्हणजेच ब्लॉकमध्ये करणार.
- ब्लॉकचेनमध्ये या व्यवहारांच्या नोंदवहीची म्हणजेच ब्लॉकची नोंद करण्यासाठी बिटकॉइनच्या जाळ्यातल्या यूजर्समध्ये स्पर्धा लागणार.
- ज्या यूजरच्या संगणकाच्या ब्लॉकची नोंद ब्लॉकचेनमध्ये होईल; म्हणजेच जो यूजर ही स्पर्धा जिंकेल, त्याला नव्या बिटकॉइन्स भेट मिळणार.
- अशा प्रकारे नव्या बिटकॉइन्स मिळवण्यासाठी बिटकॉइनच्या जाळ्यामधले संगणक रामच्या व्यवहारांसारख्या नव्या बिटकॉइन व्यवहारांचा शोध घेत राहणार.

क्लिष्ट वाटतील अशा या संकल्पनांचा सगळ्यात महत्त्वाचा आणि तोपर्यंत अशक्य वाटत असलेला परिणाम म्हणजे कुठल्याही त्रयस्थाशिवाय किंवा मध्यस्थाशिवाय बिटकॉइनच्या सगळ्या व्यवहारांची नोंद विश्वासार्ह पद्धतीनं करणं शक्य होतं. तसंच अधिकृत स्वरूपाच्या यंत्रणेशिवायच चलनाच्या प्रमाणात नव्या नोटा न छापताच वाढ करणंही शक्य झालं. प्रायव्हेट की असल्याशिवाय कुणाकडच्या बिटकॉइन्स खर्चणं अशक्य असल्यामुळे भामटेगिरी किंवा फसवणूक होण्याची शक्यता कमी होती. प्रत्येक व्यवहाराची एकच एक नोंद सार्वजनिक ब्लॉकचेनमध्ये असल्यामुळे आणि अनेक संगणकांच्या धडपडीतून ती तिथपर्यंत पोहोचलेली असल्यामुळे आर्थिक घोटाळेही शक्य नव्हते. या सगळ्यावर डोळे झाकून विश्वास ठेवणं शक्य होतं. कारण यासाठी सातोशीवर विश्वास ठेवणं गरजेचं नव्हतं. आधीच्या डिजिकॅशमध्ये हा दोष होता; पण बिटकॉइनमध्ये तो नव्हता. तसंच यासाठीचं सगळं नियंत्रण प्रत्येक यूजरच्या संगणकामधल्या बिटकॉइन सॉफ्टवेअरकडे होतं. मुळात हे सॉफ्टवेअर सातोशीनं लिहिलेलं असलं तरी त्यानं ते सार्वजनिकरीत्या खुलं केलं होतं; म्हणजेच त्याला 'ओपन सोर्स सॉफ्टवेअर' बनवलं होतं. साहजिकच हे सॉफ्टवेअर जगभरातले तज्ज्ञ अगदी बारकाईनं तपासू शकत होते आणि त्यात काहीही लपवाछपवी किंवा फसवणूक होत नसल्याचा निर्वाळा देऊ शकत होते. काही खटकणारं असलं तर बिटकॉइनमधल्या इतर यूजर्सना ते पटवून देणं, बहुमत मिळवणं आणि बदल करणं कुठल्याही बिटकॉइन यूजरला शक्य होतं. अर्थातच सातोशीनं

सुरुवातीला आपल्या डोक्यामधल्या संकल्पना मांडल्या होत्या. बिटकॉइन म्हणजे काय, आणि या चलनाचे व्यवहार कसे घडतील, हे त्यानं कल्पिलेलं होतं. ते प्रत्यक्षात अवतरणं गरजेचं होतं.

सातोशीनं बिटकॉइनच्या संदर्भातला हा विस्तृत शोधनिबंध लिहून आभासी चलनामध्ये रस असलेल्या मंडळींना पाठवून एक आठवडा उलटून गेला तरी फक्त दोन जणांनी त्यावर प्रतिक्रिया पाठवल्या आणि त्या दोन्ही निराशाजनक होत्या. बिटकॉइनमध्ये फारसा दम नसल्याचं दोन्ही लोकांचं म्हणणं होतं. त्यापैकी जॉन लिव्हाईन नावाच्या माहितीच्या सुरक्षिततेसंबंधीच्या तज्ज्ञानं बिटकॉइनच्या जाळ्यावर हल्ला होऊ शकतो, असं म्हटलं होतं. यासाठी मुख्य बिटकॉइनचं जाळं बाजूला सारत हल्लेखोर स्वत:चं एक बिटकॉइनचं जाळं तयार करतील आणि या बनावट जाळ्यातून बिटकॉइनच्या मूळ जाळ्यावर हल्ला करतील, अशी भीती त्यानं व्यक्त केली. तसंच या हल्लेखोरांच्या संगणकांची क्षमता तसंच या हल्लेखोरांचं तांत्रिक कौशल्य या गोष्टी खऱ्या मूळ बिटकॉइनच्या जाळ्यामधल्या यूजर्सना केव्हाही भारी पडणार याविषयी आपल्या मनात शंका नसल्यामुळे बिटकॉइनचं मूळ जाळं कोलमडणार, असं लिव्हाईनचं म्हणणं होतं. हा मुद्दा इतका महत्त्वाचा आहे, की त्यापुढे आपले इतर काही आक्षेप नोंदवण्याची आपण तसदीसुद्धा घेत नसल्याचं त्यानं आपल्या इमेलमध्ये लिहिलं. लिव्हाईनच्या म्हणण्यात तथ्य निश्चितच होतं. सातोशीनं वर्णन केलेल्या बिटकॉइनच्या जाळ्याचा आकार सुरुवातीला तरी छोटा असणार हे नक्की होतं. आता अशा जाळ्याचं नियंत्रण बहुमताच्या आधारे ठरवलं जाणार असेल तर त्या जाळ्यामध्ये तुलनेनं मोठ्या संख्येनं घुसून हल्लेखोरांनी आपलं बहुमत निर्माण करण्याचा धोका होता. एकदा अशा लोकांच्या हाती बिटकॉइनच्या जाळ्याचं नियंत्रण आल्यानंतर ते या जाळ्यामध्ये काय गोंधळ माजवू शकतील याची कल्पना करणंसुद्धा कठीण होतं. जेम्स डॉनल्ड नावाच्या दुसऱ्या तज्ज्ञाला वेगळीच भीती वाटत होती. कदाचित बिटकॉइनची संकल्पना मूळ धरू शकेल असं तो म्हणत असला तरी यासाठीच्या सॉफ्टवेअरचा आकार इतका मोठा होईल, की हे सॉफ्टवेअर डाऊनलोड करणं हेच सर्वसामान्य लोकांसाठी अशक्यप्राय होईल असं त्याचं मत होतं. याखेरीज सॅनफ्रान्सिस्कोमधल्या रे डिलिंजर नावाच्या प्रोग्रॅमरनं बिटकॉइन या चलनाचं खूप मोठ्या प्रमाणावर अवमूल्यन होईल आणि यामुळे हे चलन फारसं कुणी वापरणार नाही, असं मत व्यक्त केलं. खरं म्हणजे डिलिंजरला असं का वाटलं कुणास ठाऊक? कदाचित सातोशीनं बिटकॉइनच्या संदर्भात पाठवलेला मजकूर डिलिंजरनं नीट वाचला नसावा. प्रत्यक्षात बिटकॉइन्सची संख्या मर्यादित राहणार

असल्यामुळे बिटकॉइन्सचा महापूर येण्याची आणि पर्यायानं बिटकॉइनचं अवमूल्यन होण्याची शक्यता दुर्मीळ होती. आपल्या नेहमीच्या चलनाच्या बाबतीत हे शक्य असतं आणि तसं घडत असल्याचं आपण नेहमी अनुभवतोसुद्धा. महागाई वाढते म्हणजे एका अर्थानं चलनाचं अवमूल्यनच होतं. म्हणजेच वस्तू कमी आणि त्या खरेदी करण्यासाठी चलनची उपलब्धता जास्त असा हा प्रकार असतो. बिटकॉइन्सची संख्या मुळातच मर्यादित राहणार हे नक्की असताना त्याचं अवमूल्यन होण्याची शक्यता अजिबातच नव्हती.

याच सुमाराला हॅल फिनीचं लक्ष सातोशीच्या शोधनिबंधाकडे गेलं. त्याला बिटकॉइनच्या संकल्पनेमध्ये दम वाटला. तिच्यावर टीका करत असलेल्या लोकांच्या म्हणण्यामध्ये तथ्य असलं तरी बिटकॉइनमधले दोष दूर करणं अशक्य नाही, असं त्याला वाटत होतं. हॅलनं सातोशीला जोरदार पाठिंबा दिला. बिटकॉइनच्या जाळ्यावर होणाऱ्या संभाव्य हल्ल्याविषयी हॅलला फार चिंता वाटत नव्हती; पण बिटकॉइनची कागदावरची संकल्पना प्रत्यक्षात चालू शकेल का, याविषयी मात्र त्याला शंका वाटत होती. म्हणूनच कागदावरची संकल्पना पुरेशी नसून यासाठीचं सॉफ्टवेअर कसं काम करतं हे बघणं महत्त्वाचं ठरेल, असं हॅलला वाटत होतं. एकूण बिटकॉइनविषयी पुरेसा आत्मविश्वास जाणवल्यामुळे आपण हे काम पुढे नेण्यामध्ये मदत करायला तयार असल्याची इमेल हॅलनं आभासी चलनवाल्या गटाला सातोशीच्या इमेलचं उत्तर म्हणून लिहिली. इतर लोकांचा प्रतिसाद नकारात्मक असतानाही हॅलनं आपली संकल्पना उचलून धरल्याच्या आनंदापोटी सातोशीनं धीर न गमावता बिटकॉइनच्या प्रकल्पासाठीचं नमुना सॉफ्टवेअर लिहिलं. हॅलनं ते चालवून बघावं आणि त्यामधले दोष आपल्या निदर्शनाला आणावेत, अशी विनंती सातोशीनं केली. जर हे सॉफ्टवेअर बऱ्यापैकी आपल्या संकल्पनेप्रमाणे चाललं आणि त्यामधले दोष दूर करणं शक्य झालं तर इतर लोकही त्याकडे आकृष्ट होतील असा सातोशीचा यामागचा रास्त विचार होता. त्यानुसार हॅलनं त्याला २००८च्या ऑक्टोबर आणि नोव्हेंबर या महिन्यांमध्ये मदत करायला सुरुवात केली. लक्षात येणारे दोष दूर झाले. अखेर २००९च्या जानेवारी महिन्यात सातोशीनं बिटकॉइनसाठीचं अख्खं सॉफ्टवेअर आभासी चलनवाल्या समूहाला पाठवलं. मूळ संकल्पनेत सातोशीनं काही बदलही केले होते. उदाहरणार्थ, बिटकॉइनच्या जाळ्यात दर १० मिनिटांनी नव्या बिटकॉइन्स उपलब्ध होतील आणि त्या मिळवण्यासाठी सगळ्या यूजर्समध्ये इतरत्र वर्णन केल्याप्रमाणे स्पर्धा होईल अशी सोय करून देण्यात आली.

ब्लॉकचेनमध्ये ब्लॉक लिहिण्याची स्पर्धा जिंकणाऱ्या यूजरला ५० बिटकॉइन्स

मिळणार, हे सातोशीनं आधीच घोषित केलं होतं. आता हे अमर्यादित काळासाठी न होता बिटकॉइन सुरू झाल्यावर पहिली चार वर्षंच घडेल, असं सातोशी म्हणत होता. त्यापुढची चार वर्षं स्पर्धा जिंकणाऱ्यासाठीचा बिटकॉइन्सचा आकडा निम्मा करून २५वर आणला जाणार होता. असं करत करत दर चार वर्षांनी निम्म्या होत गेलेल्या नव्या बिटकॉइन्ससह एकूण उपलब्ध असलेल्या बिटकॉइन्सचा आकडा २.१० कोटींवर गेल्यावर यानंतर नव्या बिटकॉइन्स तयार होणार नाहीत, असं सातोशीनं लिहिलं होतं. म्हणजेच एकूण उपलब्ध असलेल्या बिटकॉइन्सचा आकडा २.१० कोटी पार करून जाणार नाही, असं सातोशीचं म्हणणं होतं. एवढ्या बिटकॉइन्स अस्तित्वात आल्या की त्यानंतर बिटकॉइन्स नव्यानं तयार होणार नाहीत हे नक्की झालं.

हॅलनं बिटकॉइनच्या कामकाजाचं जाळं सुरू झाल्यावर पहिल्याच दिवशी यासाठीचं सॉफ्टवेअर आपल्या संगणकावर डाऊनलोड करून चालू केलं. पुढचे काही दिवस बिटकॉइनच्या जगात फारसं काही घडलं नाही. फक्त सातोशीचा संगणक दर १० मिनिटांनी ५० बिटकॉइन्स जिंकायचा. रविवारी मात्र सातोशीनं हॅलला १० बिटकॉइन्स पाठवल्या. अशा प्रकारचे व्यवहार बिटकॉइनच्या तंत्रज्ञानात यशस्वीपणे होऊ शकतात का, हे सातोशीला तपासायचं होतं. यासाठी आपली प्रायव्हेट की वापरून सातोशीनं बिटकॉइन्सच्या साठ्यामधल्या १० बिटकॉइन्स हॅलला पाठवण्यासाठीच्या कृती केल्या. याबरोबर सातोशीच्या या व्यवहाराची माहिती बिटकॉइनच्या अख्ख्या जाळ्याकडे पाठवून दिली. तेव्हा या जाळ्यात फक्त सातोशी आणि हॅल हे दोघंच असल्यामुळे हा संदेश या दोघांच्या संगणकांकडे आला. अपेक्षेप्रमाणे या व्यवहाराची नोंद ब्लॉकचेनमध्ये करण्यासाठी सातोशी आणि हॅल या दोघांच्या संगणकांमध्ये स्पर्धा सुरू झाली. ही शर्यत सातोशीच्या संगणकानं जिंकल्यामुळे या व्यवहाराची नोंद सार्वजनिक ब्लॉकचेनमध्ये झाली आणि सातोशीला ५० बिटकॉइन्सचं बक्षीस मिळालं.

आता या क्षणी बिटकॉइनच्या जाळ्यात समजा एक नवा यूजर आला असता तर काय घडलं असतं? अर्थातच या यूजरच्या संगणकावर बिटकॉइनचं सॉफ्टवेअर डाऊनलोड झालं असतं. यात ब्लॉकचेनचाही समावेश असणार होता. ही ब्लॉकचेन तेव्हापर्यंतच्या सगळ्या व्यवहारांच्या नोंदींसह अद्ययावत झालेली असणार. म्हणजेच सातोशीनं हॅलला १० बिटकॉइन्स पाठवलेल्या ब्लॉकची नोंदसुद्धा त्यात असणं अपेक्षित होतं. हळूहळू काही लोक बिटकॉइनच्या जाळ्यात सहभागी व्हायला लागले. बिटकॉइनचं जाळं व्यवस्थितपणे सुरू राहावं यासाठी सातोशी आपले संगणक वापरत होता. तसंच बिटकॉइन लोकप्रिय

करण्यासाठी आणि त्यात जास्तीत जास्त यूजर्सना सहभागी करून घेण्यासाठी सातोशीची धडपड सुरू होती. तरीसुद्धा यात फारसं यश मिळत नव्हतं. बिटकॉइनचं जाळं सुरू होण्याला साधारण एक आठवडा उलटून गेल्यानंतर आभासी चलनवाल्या इमेल समूहावर एकानं 'सध्या ज्या प्रकारे बिटकॉइनचं काम चालतं ते बघता कुठल्याही देशाचं सरकार हे अजिबात फार काळ सुरू राहू देणार नाही' असं भाष्य केलं. हे म्हणणं कदाचित खरं ठरू शकेल असं मान्य करून हॅलनं परत एकदा सातोशीची बाजू मांडली : 'बिटकॉइन हे कुठूनही एकाच ठिकाणाहून नियंत्रित होत नाही. म्हणजेच ते विभागून चालणारं तंत्रज्ञान आहे. साहजिकच नव्या बिटकॉइन्स तयार करणारी कुठली एक संस्था यामागे नाही. शिवाय एखाद्या कंपनीवर खटला भरून ती बंद पाडणं किंवा तिच्या कार्यालयांना टाळं घालणं यातलं काही होणं शक्य नाही.' म्हणजेच बिटकॉइन संकटात सापडू शकतं किंवा ते बंद पाडलं जाऊ शकतं; पण ते सहजपणे करणं शक्य नाही, असं हॅलला म्हणायचं होतं.

मोठ्या उत्साहानं आणि आशेनं हॅलनं बिटकॉइनची संकल्पना उचलून धरलेली असली तरी अधूनमधून त्याचाही धीर सुटत असे. हे सगळं खरोखरच दीर्घ काळ चालू शकेल का, अशी शंका त्याला भेडसावत असे. नव्या बिटकॉइन्स तयार करण्यासाठीचा प्रयत्न त्याच्या संगणकावरच्या बिटकॉइन सॉफ्टवेअरनं सुरू केला खरा; पण बराच वेळ उलटून गेला तरी काहीच घडेना. अशा प्रकारे बिटकॉइन सॉफ्टवेअरचं काम चाललं तर कुणाला त्यात रस वाटेल, असा प्रश्न त्याला पडला. तसंच सातत्यानं सगळे संगणक ब्लॉकचेनमध्ये नवे ब्लॉक्स लिहिण्याची शर्यत जिंकण्याच्या प्रयत्नात असतील तर अशा प्रकारे ब्लॉकचेन किती थंडावेल हेही त्याला समजेना. या विचारात हॅल गुंगलेला असताना अचानकपणे काहीतरी भयंकर झालं! हॅलचं बोलणं अस्पष्ट झालं. त्याच्या हालचाली मंद झाल्या. तो लवकर थकायला लागला. आपल्याला नक्की काय होतं आहे हे समजत नसल्यामुळे त्याच्या डॉक्टरांकडे वाऱ्या सुरू झाल्या. बऱ्याच तपासण्यांनंतर हॅलला 'लाऊ गेहरिग्ज डिसिझ' म्हणून ओळखल्या जाणाऱ्या दुर्मीळ स्वरूपाच्या व्याधीनं ग्रासलं असल्याचं स्पष्ट झालं. ही व्याधी झालेल्या माणसाच्या शरीरातले स्नायू आपोआप कमकुवत होत जातात. साहजिकच तो माणूस क्षीण होत जातो आणि निरनिराळ्या शारीरिक अडचणींनी त्रस्त होतो. हॅल नाइलाजानं बिटकॉइनच्या विश्वातून बाहेर पडला. नंतर तो त्यात परतेपर्यंत त्याची शारीरिक अवस्था खूप खराब आणि बिटकॉइन या संकल्पनेची अवस्था खूप चांगली अशी परिस्थिती निर्माण झाली. अर्थात भविष्यात काय घडणार आहे, हे तेव्हा आजारामुळे खूपच अस्वस्थ असलेल्या हॅलला कसं माहीत असणार?

बिटकॉइनचा प्रवास

बिटकॉइनच्या विश्वातून हॅल बाहेर पडून साधारण दोन महिने झालेले असताना सातोशीला मार्टी मॅल्मी नावाच्या उत्साही वाटणाऱ्या तरुणाची इमेल आली. आपण संगणकशास्त्राचा अभ्यास करत असून आपल्याला 'जावा, सी' यासारख्या संगणकीय भाषा अवगत असल्याचं त्यानं लिहिलं होतं. अर्थातच त्याचा मुख्य मुद्दा आपल्याला बिटकॉइन प्रकल्पात मदत करण्याची इच्छा असल्याचा निरोप देण्याचा होता. मार्टी आपल्या बिटकॉइन प्रकल्पात नक्कीच मदत करू शकतो असं सातोशीला वाटत होतं. अगदी सुरुवातीला तर मार्टीनं नुसतं आपला संगणक आणि आपलं इंटरनेटचं कनेक्शन या गोष्टी सुरू ठेवणंसुद्धा एक मदत होती. याचं कारण म्हणजे आपोआपच मार्टी यामुळे बिटकॉइनच्या जाळ्यात सहभागी होऊन बिटकॉइनच्या मायनिंगच्या कामाला हातभार लावणार होता. यासाठी मार्टीनं काही करण्याची गरज नव्हती. त्याच्या संगणकावर सुरू असलेलं बिटकॉइनचं सॉफ्टवेअर त्या संदर्भातलं योग्य ते काम करणार होतं. याखेरीज, बिटकॉइनविषयीची माहिती आपल्या वेबसाईटवर टाकण्याचं काम मार्टीनं केल्यास आपल्याला खूप मदत होईल, असं सातोशी म्हणाला. त्यानुसार मार्टीनं केलं. मार्टीची ही कामगिरी सातोशीला इतकी आवडली की त्यानं मार्टीला बिटकॉइनच्या सॉफ्टवेअरमध्ये बदल करणं, त्यात नव्या गोष्टींची भर टाकणं यासारख्या कामांसाठी आवश्यक असलेल्या परवानग्या देऊन टाकल्या. मार्टीनं बिटकॉइनची वेबसाईट वापरायला सोपी असली पाहिजे आणि लोकांना ती आकर्षकही वाटली पाहिजे यासाठीचं काम केलं.

२००९मध्ये जेव्हा मार्टीनं बिटकॉइनसाठीचं हे काम सुरू केलं तेव्हा तो फिनलंडमधल्या 'हेलसिंकी इन्स्टिट्यूट ऑफ टेक्नॉलॉजी'मध्ये इंजिनिअरिंगच्या दुसऱ्या वर्षात शिकत होता. आपण चित्रपटांमध्ये जशी तंत्रज्ञानाच्या कामात बुडून गेलेली आणि इतर सगळं विसरून गेल्यासारखी वागणारी माणसं बघतो तसा मार्टी होता. काटकुळी शरीरयष्टी, गूढ वाटावे असे चेहऱ्यावरचे भाव, एकट्यानं काम करत राहणं आणि शक्यतो इतर लोकांबरोबर फार न मिसळणं असे त्याचे खास गुणधर्म उठून दिसायचे. त्याचं बोलणंही जणू संगणकाच्या मदतीनं होत असावं असं सावकाशीनं आणि गूढ प्रकारे होई. आपल्या संगणकाबरोबर एकट्यानं वेळ घालवताना तो सगळ्यात आनंदी असे. वेगवेगळ्या प्रकारचे प्रोग्रॅम्स लिहून बघणं, ऑनलाईन गेम्समध्ये आपल्या प्रतिस्पर्ध्यांना हरवणं आणि दणाणून सोडणारं 'हेवी मेटल' संगीत आपल्या कानांवरच्या हेडफोन्समधून ऐकणं हा त्याचा आवडता उद्योग असे.

त्या काळात अनेक प्रकारच्या बंधनांनी आणि नियमांनी बांधून ठेवलेल्या जगाला इंटरनेट मुक्त करू शकेल का, या विचारानं जगभरात असंख्य लोक पछाडले गेले होते. मोफत वापरण्याजोगं ओपन सोर्स सॉफ्टवेअर सगळीकडे धुमाकूळ घालत होतं. 'नॅपस्टर' नावाच्या वेबसाईटनं आपल्याकडचं संगीत इतरांबरोबर मुक्तपणे शेअर करण्याची आणि त्यांचं संगीत आपण तेवढ्याच मुक्तपणे मिळवायची सोय करून दिली. अर्थात नंतर खटल्यांमुळे नॅपस्टर बंद करावं लागलं. तरीसुद्धा बंधनमुक्त जगाची भुरळ अनेक जणांना पडत होती. मार्टीलाही याच ध्यासानं पछाडलं होतं. जसं संगीत कॉपीराईटच्या विळख्यातून मुक्त झालं तसं आपण पैशांच्या बाबतीत करू शकू, असं स्वप्न मार्टी बघत होता. साहजिकच बिटकॉइनविषयी समजल्यानंतर त्याचा आनंद गगनात मावेनासा झाला. नेमक्या अशाच संकल्पनेच्या शोधात तो होता. सातोशीबरोबरच्या आपल्या काही आठवड्यांच्या इमेल संभाषणातच मार्टीनं बिटकॉइनच्या वेबसाईटचं रूपडं पार बदलून टाकलं आणि ही वेबसाईट एकदम देखणी केली. तसंच यासाठीच्या सॉफ्टवेअरमध्ये सातोशीनं आपल्या डोक्यातल्या संकल्पना अत्यंत किचकट भाषेत मांडलेल्या असल्याचं ओळखून मार्टीनं त्याचं खूप सुलभीकरण केलं.

मार्टीनं केलेल्या सुधारणांनंतरसुद्धा बिटकॉइनच्या वेबसाईटवर येणाऱ्या नव्या यूजर्सची संख्या फार वेगानं वाढत नव्हती. अनेक जण एकदा बिटकॉइनच्या वेबसाईटला भेट दिल्यानंतर परत तिथे फिरकले नव्हते. यामुळे नाउमेद न होता मार्टीनं हार मानली नाही. बिटकॉइनची वेबसाईट आपल्या मनासारखी केल्यानंतर मार्टीनं प्रत्यक्षात बिटकॉइनचं काम चालवणाऱ्या वेबसाईटच्या सॉफ्टवेअरमध्ये सुधारणा करण्याचं काम हाती घेतलं. सातोशीनं बिटकॉइनसाठीचं सॉफ्टवेअर 'C++' नावाच्या संगणकीय भाषेमध्ये लिहिलेलं असल्यामुळे मार्टीनं आपल्याला येत नसलेली ही भाषा शिकून घेतली. एक महत्त्वाची गोष्ट म्हणजे या काळात मार्टीनं आपल्या महाविद्यालयीन अभ्यासक्रमाचा एक भाग म्हणून काही महिने एखाद्या छोट्या कंपनीत उमेदवारी करणं अपेक्षित होतं; पण हे काम आधी मिळू न शकल्यामुळे आणि नंतर ते मिळालं असलं तरी जुजबी स्वरूपाचं असल्यामुळे मार्टी आपला बहुतांश वेळ बिटकॉइनच्या कामात खर्चू शकला.

अधूनमधून सातोशी आणि मार्टी यांची इतर काही मुद्द्यांवरही ई-चर्चा होई. उदाहरणार्थ, एका यूजरनं बिटकॉइनचा उल्लेख 'च'च्या भाषेतलं चलन (क्रिप्टोकरन्सी) असा केला. आपल्याला तो आवडला असल्याचं सातोशीनं सांगताच मार्टीनं सहमती दर्शवून या नावानं बिटकॉइनचा उल्लेख करायला हरकत नसल्याचं म्हटलं. तसंच

बिटकॉइन चलनाचं बोधचिन्ह नक्की कसं असावं याविषयीसुद्धा या दोघांमध्ये बराच काळ इमेल्सची देवाणघेवाण झाली. अखेर वर आणि खाली अशा दोन्ही बाजूंना प्रत्येकी दोन रेघा बाहेर येत असलेलं इंग्रजी भाषेतलं B हे अक्षर बिटकॉइनचं बोधचिन्ह म्हणून नक्की करण्यात आलं. बिटकॉइनची लोकप्रियता वाढवण्यासाठी २००९मध्ये मार्टीनं या विषयावरचं एक ऑनलाईन व्यासपीठ उपलब्ध करून दिलं. यामुळे काही नवे लोक बिटकॉइनकडे आकर्षित झाले. त्यांच्यामधल्या एका अज्ञात माणसानं बिटकॉइन आणि आपलं नेहमीच्या वापरातलं चलन यांची देवाणघेवाण शक्य व्हावी यासाठी प्रयत्न सुरू केले. त्यांना यश आलं आणि बिटकॉइन-डॉलर असे व्यवहार होण्याची चिन्हं दिसायला लागली.

यातून एक नवा प्रश्न निर्माण झाला. बिटकॉइन या आभासी चलनाची आपल्या नेहमीच्या वापरातल्या चलनाच्या तुलनेत किंमत किती गृहीत धरायची? म्हणजेच किती डॉलर्स म्हणजे एक बिटकॉइन किंवा किती बिटकॉइन्स म्हणजे एक डॉलर? यासाठी एक वेगळीच शक्कल लढवण्यात आली. नवी बिटकॉइन तयार करण्यासाठी बिटकॉइनचं सॉफ्टवेअर चालवणं भाग असे. अशा प्रकारे हे सॉफ्टवेअर चालवल्यानंतर एक बिटकॉइन तयार होण्यासाठी किती वीज खर्च पडली तेवढी त्या बिटकॉइनची डॉलरच्या रूपातली किंमत असं ठरलं. या हिशेबानुसार २००९च्या ऑक्टोबर-नोव्हेंबर महिन्याच्या सुमाराला १ अमेरिकी डॉलर म्हणजे साधारण १००० बिटकॉइन्स असं गुणोत्तर ठरलं. एका अर्थानं बिटकॉइन आणि इतर चलनं यांच्यामधले व्यवहार होणं ही बिटकॉइनची लोकप्रियता वाढत असल्याचं आणि बिटकॉइनला व्यवहारी जगातही वाव असल्याचं दर्शवत होतं. तरीसुद्धा सातोशीला एवढ्यावर समाधान मानायचं नव्हतं. बिटकॉइन हेच चलन म्हणून स्वीकारलं जाणं त्याच्या दृष्टीनं महत्त्वाचं होतं. म्हणजेच जसं कुठलीही वस्तू लोक डॉलर्समध्ये तिची किंमत चुकती करून विकत घेऊ शकत होते त्याच धर्तीवर त्या वस्तूची किंमत बिटकॉइन्सच्या स्वरूपात चुकती करणं शक्य व्हावं असं त्याला वाटत होतं. असं घडणं म्हणजे नेहमीच्या वापरातल्या चलनांसारखाचं महत्त्वाचा दर्जा बिटकॉइनला मिळणं असा अर्थ होत असल्याची दूरदृष्टी सातोशीपाशी होती.

यानंतरचे काही महिने शांततेत गेले. मार्टी आपल्या पदवीच्या संदर्भातल्या घडामोडींमध्ये गुंतला. स्वत: सातोशीसुद्धा इतर काही कामांमध्ये मग्न असल्यामुळे त्याचं बिटकॉइनकडे फार लक्ष नव्हतं. साहजिकच बिटकॉइनच्या विश्वात फारसं नवं असं काही घडत नव्हतं. तरीसुद्धा बिटकॉइनच्या जाळ्यामध्ये संथ गतीनं का होईना; पण नव्या

यूजर्सची भर पडत होती. ही गोष्ट सातोशी आणि मार्टी यांना आश्वस्त करणारी होती.

२०१०च्या एप्रिल महिन्याच्या सुमाराला २८ वर्षं वयाचा सॉफ्टवेअर इंजिनिअर लास्झ्लो हॅनेक्झ यानं बिटकॉइन्सविषयी प्रथमच ऐकलं. हंगेरीमध्ये जन्मलेल्या लास्झ्लोला या संकल्पनेमध्ये रस वाटला. त्या सुमाराला प्रथमच बिटकॉइन्स इंटरनेटवरून 'विकत' घेण्याची सोय उपलब्ध झाली होती. म्हणजेच फक्त मायनिंगद्वारे नव्या बिटकॉइन्स तयार होण्याऐवजी त्या आधीच तयार करून विकण्यासाठी उपलब्ध करून देण्यात आल्या होत्या. अशा काही बिटकॉइन्स लास्झ्लोनं खरेदी केल्या. त्यानंतर बिटकॉइन सॉफ्टवेअर ॲपल कंपनीच्या 'मॅकिंटॉश' संगणकावर चालवण्यासाठीची धडपड त्यानं सुरू केली. तोपर्यंत ही सोय उपलब्ध नव्हती. त्यादरम्यान जास्तीत जास्त बिटकॉइन्स मिळवण्यासाठी बिटकॉइनच्या जाळ्यामधल्या सहभागी संगणकांमध्ये सुरू असलेली स्पर्धा लास्झ्लोला अनुभवायला मिळाली. ही स्पर्धा आपल्या संगणकानं जिंकण्यासाठी काय करावं लागेल यावर त्यानं काम सुरू केलं. अर्थातच सातोशीनं लिहिलेल्या सॉफ्टवेअरनुसार बिटकॉइनच्या जाळ्यामधल्या नव्या व्यवहारांची नोंद ब्लॉकचेनमध्ये करण्यासाठी सगळ्या संगणकांमध्ये चुरस असे. जो संगणक यासाठीचं कोडं सगळ्यात लवकर सोडवेल तो ही स्पर्धा जिंकत असे. या संगणकाला नव्यानं तयार करण्यात आलेल्या ५० बिटकॉइन्स भेट म्हणून मिळत असत. आपण ही स्पर्धा जिंकायची असेल तर आपल्या संगणकानं ब्लॉकचेनमधल्या नोंदीसाठीचं कोडं इतर सगळ्यांच्या आधी सोडवलं पाहिजे हे लास्झ्लोनं ओळखलं. आता हे साध्य कसं करायचं? अर्थातच ज्या यूजर्सकडे जास्त ताकदीचे संगणक असतील ते हे कोडं सोडवण्यामध्ये जास्त प्रमाणावर यश मिळवत असत. कारण त्यांच्या संगणकांचे मेंदू म्हणजे 'सीपीयू' सगळ्यात जास्त वेगानं काम करत आणि ब्लॉकचेनच्या नोंदीच्या संदर्भातलं कोडं आधी सोडवू शकत. आपल्या संगणकाला जर हे जमायचं असेल तर आपण आणखी काहीतरी खटाटोप केला पाहिजे, असं लास्झ्लोला वाटायला लागलं. यातून एक नवीच भन्नाट गोष्ट त्याच्या लक्षात आली. जसा आपल्या सगळ्यांच्या संगणकांचं काम चालवण्यासाठी आत 'सेंट्रल प्रॉसेसिंग युनिट (सीपीयू)' असतो तसंच आपल्या संगणकांमध्ये 'ग्राफिक्स प्रॉसेसिंग युनिट (जीपीयू)'सुद्धा असतो. सीपीयूची जबाबदारी संगणकाचं मुख्य कामकाज सांभाळायची असते, तर जीपीयूचं काम संगणकावरची चित्रं आणि व्हिडिओ दाखवण्यासाठीशी संबंधित असतं. सीपीयू नेहमीच कामात बुडून गेलेला असतो; तर जीपीयू तसा तुलनेनं रिकामा असतो. या गोष्टीचा फायदा उठवून लास्झ्लोनं आपल्या संगणकावर ब्लॉकचेनसाठीचं कोडं सोडवण्याची जबाबदारी

सीपीयूऐवजी जीपीयूकडे सोपवण्यासाठीचा तांत्रिक खटाटोप केला आणि काय आश्चर्य! त्याचा संगणक धडाधड ब्लॉकचेनमध्ये ब्लॉक लिहिण्यासाठीची स्पर्धा जिंकायला लागला आणि यामुळे लास्झ्लोला मोठ्या प्रमाणावर नव्या बिटकॉइन्स मिळायला लागल्या.

अशा प्रकारे काही लोक आपल्या संगणकांच्या क्षमतेचा जास्तीत जास्त वापर करून बिटकॉइन्सवर आपलं वर्चस्व प्रस्थापित करतील, अशी भीती लास्झ्लोनं सातोशीला लिहिलेल्या एका इमेलमध्ये व्यक्त केली. आपल्याला या शक्यतेची जाणीव असून त्याविषयी काहीतरी केलं पाहिजे असं आपल्यालाही वाटत असल्याचं उत्तर सातोशीनं लिहिलं. दरम्यान आपण मोठ्या संख्येनं जिंकलेल्या बिटकॉइन्सचं काय करायचं हा प्रश्न लास्झ्लोला पडला. बिटकॉइन्सचा दैनंदिन व्यवहारात वापर करता आला पाहिजे या ध्यासानं तो पछाडून गेला होता. आता त्याच्यापाशी एकंदर ७०,००० बिटकॉइन्स जमल्या होत्या. त्यापैकी १०,००० डॉलर्स खर्चून आपण पिझ्झा विकत घेऊ इच्छितो असं त्यानं इंटरनेटवर लिहिलं. सुरुवातीला कुणी याला फारसा प्रतिसाद दिला नाही; कारण लास्झ्लोकडच्या बिटकॉइन्स घेऊन आपण काय करणार, याचं उत्तर कुणाकडेच नव्हतं. अखेर २२ मे २०१० या दिवशी कॅलिफोर्नियामधल्या 'पापा जोन्स'नं लास्झ्लोला दोन पिझ्झे घरपोच दिले. यासाठीचं बिल दुसऱ्याच एका माणसानं भरलं आणि लास्झ्लोकडून १०,००० बिटकॉइन्स घेतल्या. याचाच अर्थ बिटकॉइन्सचा वापर चलनासारखा होऊ शकत असल्याचं प्रथमच दिसून आलं.

दरम्यान २०१०च्या जून महिन्यात 'स्लॅशडॉट' नावाच्या तंत्रज्ञानविषयक वेबसाईटवर बिटकॉइनविषयीचा एक लेख छापून आला. यामुळे पुढच्या महिन्याभरात बिटकॉइनच्या यूजर्सचा आकडा ३,०००वरून थेट २०,०००वर गेला. ही वाढ अशीच सुरू राहिल्यामुळे सातोशीसमोर आता एक नवाच प्रश्न उभा राहिला. इतके दिवस बिटकॉइनची संकल्पना लोकप्रिय कशी करायची आणि जास्तीत जास्त यूजर्सना कसं आकर्षून घ्यायचं या विचारात सातोशी असे. आता इतक्या मोठ्या संख्येनं आणि कित्येकदा अप्रामाणिक हेतूनं इतके लोक बिटकॉइनच्या जाळ्यात यायचे की त्यांना कसं रोखायचं, अशी विचित्र समस्या त्याच्यापुढे उभी ठाकली. अर्थातच ही समस्या आधीच्या प्रश्नांहून बरी असं सगळ्यांनाच वाटत होतं.

२०१०च्या नोव्हेंबर महिन्यातल्या दुसऱ्या एका घडामोडीमुळे बिटकॉइनकडे सगळ्यांचं लक्ष गेलं. इतके दिवस तांत्रिकदृष्ट्या सतत नवं काय याचा शोध घेत असलेल्या लोकांपुरतीच बिटकॉइन तशी मर्यादित होती. आता मात्र तिच्याविषयी सगळीकडे

बोललं जायला लागलं. यामागचं कारण 'विकिलीक्स' ही वेबसाईट ठरली. जगभरात लपवण्यात आलेली माहिती आणि खासकरून अमेरिकी सरकारनं केलेली लपवाछपवी यांची विकिलीक्सवर पोलखोल केली. ज्युलियन असांज नावाच्या बंडखोर तरुणानं काही समविचारी लोकांच्या साथीत विकिलीक्सची स्थापना केली. यामुळे अमेरिकी सरकारची प्रचंड बदनामी झाली. अमेरिकी सरकारच्या अनेक अत्यंत निषेधार्ह कारवाया जगासमोर आल्या. यामुळे अडचणीत आलेल्या आणि भडकलेल्या अमेरिकी सरकारनं विकिलीक्सला मदतनिधी मिळू नये याची व्यवस्था केली. चहूबाजूंनी विकिलीक्सची कोंडी करण्यात आली. अशा वेळी लोकांना बिटकॉइनविषयी समजलं. विकिलीक्सचा गळा दाबणं म्हणजे व्यक्तिस्वातंत्र्याचा गळा घोटणं असा सोपा अर्थ होता. तसंच सरकारनं सर्वसामान्य लोकांना खरं काय ते समजू नये यासाठी केलेल्या अनेक प्रयत्नांचाच हा एक भाग असं समजून नेमकं अशा प्रयत्नांच्या बाहेर असलेल्या बिटकॉइनचा वापर करून विकिलीक्स देणग्या मिळवणं शक्य असल्याचं स्पष्ट झालं. बिटकॉइनवर बंदी घालणं किंवा ठरावीक बिटकॉइन खाती बंद करणं या गोष्टी अमेरिकी सरकारला किंवा इतर कुणालाच जमू शकत नव्हत्या.

या काळातली आणखी एक महत्त्वाची घडामोड म्हणजे बिटकॉइनचा निर्माता सातोशी यानं आपलं बिटकॉइनच्या कामामधलं लक्ष बऱ्यापैकी काढून घेतलं. बिटकॉइनविषयीच्या चर्चेतही तो फारसा सहभागी होत नसे. बिटकॉइनच्या कामात पूर्वीपासून सातोशीबरोबर सहभागी असलेल्या गेव्हिन नावाच्या माणसानं सातोशीकडून बिटकॉइनची सूत्रं स्वीकारल्याचं दिसायला लागलं. १२ डिसेंबर २०१० या दिवशी बिटकॉइनच्या यूजर्सना उद्देशून लिहिलेला सातोशीचा संदेश शेवटचाच ठरला. अर्थात तेव्हा याची कुणालाच कल्पना नव्हती. दरम्यान २००९च्या सुरुवातीला हॅल फिनी प्रथमच बिटकॉइनच्या चर्चेमध्ये सहभागी झाला. हॅलचा आजार वाढतच गेला होता आणि तो आपल्या खोलीबाहेरही पडू शकत नव्हता. तरीसुद्धा हॅलचा धीर खचू नये यासाठी त्याच्या कुटुंबीयांनी खूप मेहनत घेऊन त्याच्यासाठी संगणक वापरण्यासाठीची खास सोय करून दिली होती. हॅलचं बिटकॉइनच्या जगात पुनरागमन झाल्यावर सातोशीनं त्याचं स्वागत केलं. बिटकॉइनमध्ये नव्यानंच आलेल्या मंडळींना हॅल कोण आणि त्याची कामगिरी काय, याची काहीच कल्पना नव्हती; पण ज्या अर्थी सातोशी त्याच्याशी इतक्या आपुलकीनं आणि उत्साहानं बोलतो आहे त्या अर्थी तो कुणीतरी महत्त्वाचा असला पाहिजे, असा अंदाज त्यांनी बांधला.

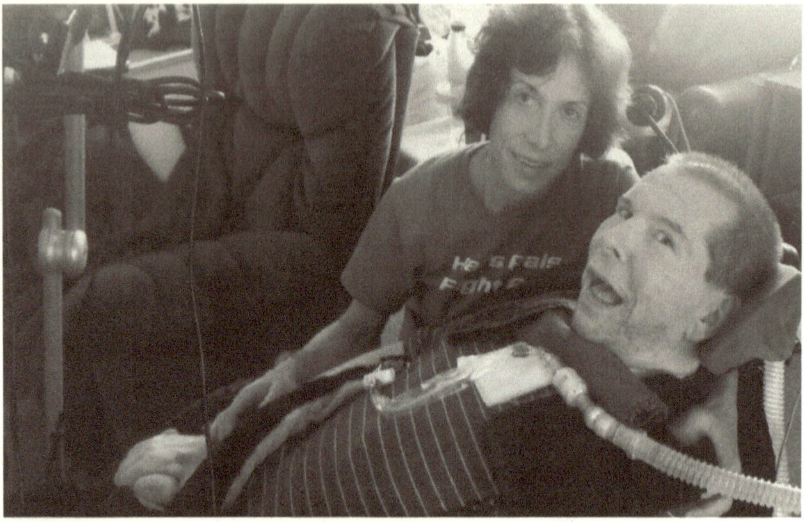

बिटकॉइनला अधिकृत चलन म्हणून मान्यता देण्यासाठी धडपडणारे हॅल फिनी

बिटकॉइनमधल्या हॅलच्या पुनरागमनाविषयी बिटकॉइनचे यूजर्स इंटरनेटवर चर्चा करत राहिले. या दरम्यान प्रथमच एक वेगळाच प्रश्न उपस्थित झाला. हॅल कोण आणि त्यानं काय केलं, हा प्रश्न तर आहेच; पण मुळात सातोशी कोण आहे? सातोशी नावाचा माणूस खरंच आहे का? इंटरनेटवर त्याच्या नावाचा शोध घेतला असता बिटकॉइन वगळता इतरत्र कुठेही त्याचा उल्लेखसुद्धा कसा काय सापडत नाही? अधूनमधून सातोशी अमेरिकी इंग्रजीमधली स्पेलिंग्ज वापरण्याऐवजी ब्रिटिश स्पेलिंग्ज वापरतो याकडे एकाचं लक्ष गेलं. तसंच सातोशीच्या संगणकानं जेव्हा पहिल्यावहिल्या बिटकॉइन्स तयार केल्या तेव्हा त्यात एका ब्रिटिश वर्तमानपत्रामधल्या बातमीमधला थोडा भाग असल्याचंही आढळलं. जपानमधल्या एका बिटकॉइन यूजरनं 'सातोशी' हे जपानमध्ये खूपच मोठ्या प्रमाणावर वापरलं जाणारं नाव असलं, तरी बिटकॉइनवाला सातोशी हा खराखुरा जपानी माणूस नसणार असं ठामपणे सांगितलं. यामागचं कारण म्हणजे जपानमध्ये आपलं आडनाव आधी लिहिण्याची पद्धत असूनसुद्धा सातोशी आपलं आडनाव नंतर लावतो, असं तो म्हणाला. याखेरीज सातोशीनं कधीच एकही जपानी शब्द वापरला नाही, हेसुद्धा आश्चर्यकारक असल्याचं मत त्यानं मांडलं. सातोशी नक्की कुठून इंटरनेट वापरतो हे कळणंही शक्य नव्हतं. याचं कारण म्हणजे तो 'टॉर' नावाची सुविधा वापरत होता. यामुळे

त्याचा नेमका ठावठिकाणा तसंच त्याच्या संगणकाचा इंटरनेटवरचा पत्ता म्हणजे 'आयपी अॅड्रेस' या गोष्टीसुद्धा समजू शकत नव्हत्या. अजूनही सातोशीविषयी अनेक बातम्या पसरत असतात. काही काळापूर्वी सातोशीचा मृत्यू झाल्याच्या बातम्याही पसरल्या होत्या.

बिटकॉइनचं भविष्य

बिटकॉइन या चलनाचं भविष्य नक्की कसं आहे याविषयी भाष्य करणं अवघड आहे. २०१७च्या मे महिन्याच्या अखेरीला एका बिटकॉइनची किंमत तब्बल २७०० डॉलर्सवर जाऊन पोहोचली. हा आकडा साधारण २९०० डॉलर्सवर जाऊन पोहोचल्यानंतर बिटकॉइनच्या किमतीत घसरण होऊन ती १४७० डॉलर्सवर उतरेल असं भाकित काही जणांनी केलं. याउलट, पूर्वी काय व्हॅन-पॅटर्सन या अभ्यासकानं बिटकॉइनची किंमत खूप कमी असताना ती २००० डॉलर्सवर जाईल असं भाष्य केलं होतं; त्यानं २०२७पर्यंत एका बिटकॉइनची किंमत तब्बल १ लाख डॉलर्स असेल, असा सनसनाटी अंदाज व्यक्त केला!

आजवरच्या इतिहासामधला सगळ्यात यशस्वी गुंतवणूकदार आणि आर्थिक विषयांसंबंधी महत्त्वाची भाष्यं करणारा वॉरन बफे यानं २०१४मध्ये बिटकॉइनची किंमत गगनाला भिडल्यानंतरही लोकांना बिटकॉइनपासून दूर राहण्याचा सल्ला दिला होता. बफेच्याच शब्दांत सांगायचं तर : 'बिटकॉइन हा पैसा पाठवण्याचा एक मार्ग आहे. हा मार्ग अत्यंत प्रभावी आहे आणि आपल्याविषयीची माहिती झाकून म्हणजेच निनावीपणे तो वापरता येतो. पैसे पाठवण्यासाठी आपल्याला चेकसुद्धा वापरता येतो. असं असताना पैसे एकीकडून दुसरीकडे पाठवण्याची क्षमता असल्यामुळे चेकला खूप जास्त किंमत मिळते का? तसंच मनी ऑर्डर्सच्या बाबतीतसुद्धा घडतं का? आपण मनी ऑर्डरनं पैसे एकीकडून दुसरीकडे पाठवू शकतो. अनेक लोक तसं करतात. बिटकॉइन हा पैसे एकीकडून दुसरीकडे पाठवण्याचा याहून खूप चांगला मार्ग ठरू शकतो. यातली महत्त्वाची गोष्ट म्हणजे केवळ बिटकॉइनच नव्हे, तर इतरही तंत्रज्ञानं यासाठी वापरली जातील. एकूणच बिटकॉइनमध्ये काहीतरी महत्त्वाचं असल्यामुळे तिची खरी किंमत खूप जास्त आहे, ही कल्पनाच मला विनोदी वाटते. बिटकॉइन हे एक मृगजळ आहे. त्यापासून दूर राहा.'

६ मार्च २०१७ या दिवशीच्या एका परिषदेमधल्या आपल्या भाषणात भारताच्या रिझर्व्ह बँकेचे डेप्युटी गव्हर्नर आर. गांधी यांनी मात्र बिटकॉइनसारख्या आभासी चलनांना फारसं भविष्य नसल्याचं भाकित केलं. त्यांच्याच शब्दांत सांगायचं तर 'बिटकॉइन्स आता मौल्यवान समजल्या जातात. अनेक प्रकारचे आर्थिक व्यवहार करण्यासाठी त्यांचा

वापर केला जातो. बिटकॉइन्सकडे लोक गुंतवणुकीचं साधन म्हणून पण बघतात. यामुळे चलन म्हणून बिटकॉइनचा वापर कमी होईल आणि स्वाभाविकपणे वापरातून त्या कमी होत जातील.' गांधी यांच्या मते सर्वसामान्य लोक बिटकॉइनचा तेवढ्या सहजपणे चलन म्हणून वापर करणार नाहीत. तसंच बिटकॉइनवर लोकांचा विश्वास बसण्यासाठी कुणी तरी अधिकारी स्वरूपाचं त्यावर नियंत्रण ठेवणारं असलं पाहिजे. अन्यथा सर्वसामान्य लोक बिटकॉइनकडे कायम संशयानं बघतील, असं त्यांचं मत आहे. कुठल्याही चलनाशी संबंधित असलेले धोके दूर करण्यासाठी तसंच यामधल्या अनेक शक्यता हाताळण्यासाठी अधिकृत संस्था असल्याच पाहिजेत, असं गांधी म्हणतात. उद्या बिटकॉइनच्या संदर्भात काही गोंधळ झाला तर हे प्रकरण नक्की कोण आणि कसं हाताळणार, आणि लोकांना यातून न्याय कसा मिळणार, असा रास्त प्रश्न ते उपस्थित करतात.

■

संकटात सापडलेल्या देशांमध्ये चलन म्हणून वापर

निरनिराळ्या कारणांमुळे संकटात सापडलेल्या देशांमध्ये बिटकॉइनचा वापर चलन म्हणून करण्याचा प्रघात रुजत असल्याचं रॉब अर्बन नावाचा अभ्यासक म्हणतो. उदाहरणार्थ, काही आफ्रिकी देशांमध्ये हुकूमशाही वातावरण आहे. झिम्बाब्वेमध्ये अनेक वर्षांपासून अराजकाची परिस्थिती आहे. व्हेनेझुएलामध्येही अत्यंत गंभीर आर्थिक स्थिती आहे. अशा वेळी सत्तेवरचा आणि अर्थकारणावरचा सगळ्यांचाच विश्वास उडतो. साहजिकच संबंधित देशाच्या चलनाला अजिबात भाव उरत नाही. याचं कारण म्हणजे या चलनामागे असलेली अर्थव्यवस्था मजबूत नसून ती केव्हाही कोसळू शकते, असं सगळ्यांना वाटायला लागतं. आंतरराष्ट्रीय बाजारपेठेत हे चलन विकून डॉलर्स विकत घेण्यावर भर दिला जातो. डॉलरची किंमत वाढते. संबंधित चलनाची किंमत घसरते. काही काळानंतर संबंधित चलनावरचा विश्वास इतका उडून जातो की या चलनामधले व्यवहार अशक्यप्राय किंवा ठप्पच होऊन जातात. उदाहरणार्थ, अनेक वर्षांपासून झिम्बाब्वे आणि व्हेनेझुएला इथे अमेरिकी डॉलर्सचा वापरच केला जातो. अमेरिकी डॉलर हे अर्थातच अमेरिकेचं चलन

असूनसुद्धा ते या देशांचं स्थानिक चलन असावं अशा प्रकारे वापरलं जातं.

याच्या पुढची पायरी म्हणजे काही जण जेव्हा डॉलरवरही विश्वास ठेवायला तयार होत नाहीत तेव्हा काय करायचं, असा प्रश्न निर्माण होतो. डॉलरपेक्षा विश्वासार्ह चलन जगात दुसरं कुठलंच नाही. आपोआपच जे काही मर्यादित स्वरूपात असेल आणि नव्यानं खूप मोठ्या प्रमाणावर तयार होऊ शकणार नाही तेच डॉलरपेक्षाही मौल्यवान आहे असं गुंतवणूकदार मानतात. अशा विचारसरणीतून सोनं आणि बिटकॉइन यांचा भाव वधारतो.

याखेरीज, बिटकॉइन हे पूर्णपणे डिजिटल प्रकारचं चलन असल्यामुळे ते प्रत्यक्षात एकीकडून दुसरीकडे नेणं, त्यामधले धोके हा सगळा प्रकार गैरलागू ठरतो. स्वाभाविकपणे अडचणीत असलेल्या देशांमध्ये डॉलरखेरीज बिटकॉइन हेच चलन म्हणून वापरण्याच्या प्रकारातही खूप वाढ होत असताना दिसते. इतकंच नव्हे, आंतरराष्ट्रीय आर्थिक बाजारांच्या तुलनेत अशा देशांमध्ये बिटकॉइनचा भावही खूप जास्त असतो. उदाहरणार्थ, झिम्बाब्वेमध्ये बिटकॉइनचा भाव इतर देशांमधल्या बिटकॉइनच्या भावाच्या तुलनेत दुप्पट झाल्याचं रॉब अर्बनच्या १८ नोव्हेंबर २०१७ रोजीच्या लेखात म्हटलं आहे. २००९मध्ये झिम्बाब्वेनं 'झिम्बाब्वे डॉलर' हे आपलं स्वत:चं स्थानिक चलन रद्दबातल ठरवलं. या चलनामध्ये आता दम उरलेला नसल्याचं आणि त्याचा वापर कुणीही आपले आर्थिक व्यवहार करण्यासाठी करत नसल्याचं लक्षात आल्यामुळे झिम्बाब्वे सरकारनं नाइलाजानं हे पाऊल उचललं. तोपर्यंत झिम्बाब्वे डॉलरच्या मोठमोठ्या किमतीच्या नोटा छापून झिम्बाब्वेनं परिस्थिती हाताबाहेर जाऊ न देण्याचे खूप प्रयत्न केले होते; पण ते अखेर अयशस्वी ठरले. जेव्हा १ अब्ज झिम्बाब्वे डॉलर्स किमतीची नोट छापूनसुद्धा ती नेहमीच्या व्यवहारांसाठी किरकोळ ठरायला लागली तेव्हा आपलं कागदी चलन झिम्बाब्वेनं गुंडाळून टाकलं आणि अमेरिकी डॉलर हेच आपलंही अधिकृत चलन असेल, असं जाहीर केलं. झिम्बाब्वेमधला तेव्हाचा महागाईच्या वाढीचा दर तब्बल ८२५ टक्के होता! म्हणजेच आधीच्या वर्षाच्या तुलनेत जवळपास सव्वाआठ पट महागाई वाढली होती. हा दर असाच कित्येक वर्षांपासून वाढत गेला होता. साहजिकच झिम्बाब्वे डॉलरला तो ज्या कागदावर छापला जात होता त्या कागदाइतकी किंमतसुद्धा उरली नव्हती. यामुळे झिम्बाब्वेमध्ये जे काही आर्थिक व्यवहार होत त्यात बिटकॉइनचा वापर वाढत गेला.

याच धर्तीवर अडचणीत सापडलेल्या देशांमध्ये बिटकॉइन आणि अशा प्रकारची आभासी चलनं इथून पुढे मोठ्या प्रमाणावर वापरली जातील अशी शक्यता अनेक जण व्यक्त करतात. भारतामध्येही असं घडू शकतं. अर्थातच, सध्याची आर्थिक परिस्थिती बघता हे

सहजपणे घडणं किंवा नजीकच्या काळात घडणं अवघड आहे असं वाटतं. भविष्यात मात्र अशा प्रकारची परिस्थिती भारतात येऊच शकत नाही असं कुणी छातीठोकपणे म्हणू शकत नाही. दस्तुरखुद्द अमेरिकेच्या अर्थकारणाविषयी अनेक भाष्यकार अधूनमधून चिंता व्यक्त करत असताना इतर कुठल्याही देशाबद्दल आपण एका मर्यादेपलीकडे आत्मविश्वासानं बोलूच शकत नाही.

बिटकॉइन आणि भारत

६ डिसेंबर २०१६ या दिवशी एका बिटकॉइनची किंमत ७५७.६० डॉलर्स इतकी होती. यानंतर बरोबर एक वर्ष झाल्यावर म्हणजेच ६ डिसेंबर २०१७ या दिवशी एका बिटकॉइनची किंमत किती असावी? १२,७९८.९० डॉलर्स! म्हणजेच एका वर्षात बिटकॉइनच्या किमतीत तब्बल १८ पट वाढ झाली आहे! आजवरच्या आर्थिक इतिहासात अशा प्रकारचे थक्क करून सोडणारे फुगवटे काही वेळा आलेले आहेत. यातून सगळ्याच लोकांना सुटत गेलेली आणि वाढत चाललेली हाव कुठपर्यंत जाते आणि हा फुगा कुठल्या क्षणी फुटतो, एवढाच प्रश्न यातून निर्माण होतो.

५ डिसेंबर २०१७ या दिवशी भारताच्या रिझर्व्ह बँकेनं बिटकॉइनच्या संदर्भात अधिकृतरीत्या आपला तिसरा इशारा दिला. अर्थातच रिझर्व्ह बँकेच्या या इशाऱ्याकडे गांभीर्यानं बघण्याची तसदी भारतामधल्या बिटकॉइनच्या उन्मादामुळे कुणी घेण्याची शक्यता अजिबातच नव्हती. चीननं तर याआधीच बिटकॉइन आणि अशा प्रकारची आभासी चलनं

यांच्याशी संबंधित असलेले व्यवहार करण्यासाठीच्या यंत्रणांवर आधीच बंदी घातली होती. यामुळे इतर मार्गांचा वापर करून चिनी लोक बिटकॉइनच्या विश्वात रमले आहेत. रिझर्व्ह बँकेनं अशा प्रकारची कृती करण्याचं टाळलं असलं तरी बिटकॉइनविषयी आपण सजग असल्याचं रिझर्व्ह बँकेला परत एकदा सांगायचं होतं.

या सगळ्यामधला महत्त्वाचा मुद्दा म्हणजे बिटकॉइनची किंमत जशी वाढत चालली आहे तसतसे गुंतवणूकदार आणखी वेगानं त्यामध्ये गुंतवणूक करण्यासाठी धडपडताना दिसतात. म्हणजेच आर्थिक बुडबुडा आणि फुगवटा कसा निर्माण होतो आणि तो मोठा होत जातो याचा हा उत्तम नमुना ठरावा. वॉरन बफेसारखा गुंतवणूकदार आणि नोबेल पारितोषिक विजेता अर्थतज्ज्ञ रॉबर्ट शिलर यांच्यासारख्या लोकांनी बिटकॉइनविषयी सावधगिरी बाळगण्याचा इशारा दिलेला असूनसुद्धा लोक त्याकडे ढुंकूनही बघायला तयार नाहीत. अर्थातच, यापूर्वी या दोघांनी अमेरिकी गृहनिर्माण व्यवसाय तसंच शेअरबाजार यांच्यामध्ये आलेल्या उन्मादाविषयी इशारे दिलेले असूनही गुंतवणूकदार आपल्याच धुंदीत राहिले आणि याचा जोरदार फटका त्यांना बसला हा इतिहास आहे. बिटकॉइनविषयीचा त्यांचा इशारा खरा ठरेल असं दिसत असलं तरी सध्या गुंतवणूकदार जवळपास तासातासाला वाढणाऱ्या या फुग्याची सैर करण्यात मग्न आहेत.

भारतात दर तीन-चार महिन्याला बिटकॉइनमध्ये गुंतवणूक करणाऱ्या लोकांची संख्या दुपटीनं वाढत जाताना दिसते. बिटकॉइनसाठीची मागणी आणि त्याचा पुरवठा यांच्यामधली तफावतही विलक्षण वेगानं वाढत चालल्याचं दिसून येतं. यामुळे आंतरराष्ट्रीय पातळीवरची बिटकॉइनची किंमत आणि भारतामधली बिटकॉइनची किंमत यातही फरक असतो. भारतात बिटकॉइनची किंमत आंतरराष्ट्रीय किमतीपेक्षा १५ ते २० टक्के जास्त असते. म्हणजेच, समजा एका बिटकॉइनची किंमत आंतरराष्ट्रीय बाजारपेठेत १२,००० डॉलर्स असेल तर भारतात ती १४,००० डॉलर्स एवढी असू शकते. भारतीय रुपयाच्या हिशेबात बोलायचं तर ६ डिसेंबर २०१७ या दिवशी एक बिटकॉइन म्हणजे तब्बल नऊ लाख रुपये असा भाव होता.

भारत सरकारनं विदेशी चलनाशी संबंधित असलेले व्यवहार करण्यासंबंधीच्या कायद्यांमध्ये बिटकॉइनविषयी काहीही तरतुदी केलेल्या नाहीत. 'फॉरिन एक्स्चेंज मॅनेजमेंट ॲक्ट (फेमा)' हा कायदा भारतात इतर चलनांच्या संदर्भातले व्यवहार नियंत्रित करण्यासाठी पूर्वीपासूनच आहे. या कायद्यामध्ये बिटकॉइनशी संबंधित असलेल्या व्यवहारांविषयी अजून तरी काहीही म्हटलेलं नाही. एकूणच आभासी चलन हा विषय फेमा कायद्यामध्ये

अंतर्भूत नाही. याचा अर्थ बिटकॉइनचे व्यवहार भारतामधला कुठलाही माणूस कुठल्याच नियमांची काळजी मनात न बाळगता करू शकतो, असं मात्र अजिबातच नाही. याचं कारण म्हणजे नेहमीच्या चलनाला लागू पडणारे नियम बिटकॉइनलाही लागू पडतात, असा खुलासा सरकार किंवा रिझर्व्ह बँक यांच्या वतीनं केव्हाही होऊ शकतो. एकूणच हा सगळा प्रकार आत्ता तरी अनिश्चित स्वरूपाचा आहे. म्हणूनच फेमा किंवा तत्सम कायदे बिटकॉइनला लागू पडत नाहीत, अशा भ्रमात कुठल्याही भारतीय माणसानं राहता कामा नये. तसंच चीनच्या धर्तीवर उद्या भारततही बिटकॉइनचे व्यवहार शक्य करून देणाऱ्या संस्थांवर बंदी घालण्यात आली तर हा विषय आणखी क्लिष्ट होऊ शकतो. अर्थात दुसरीकडे जागतिक नाणेनिधीनं बिटकॉइनच्या संकल्पनेमध्ये दम असल्याचं म्हटलं आहे, तर जपान सरकारनं बिटकॉइनवर अधिकृत मोहोर उठवली असल्यामुळे भारतात बिटकॉइनवर बंदी घालण्यासारखी कृती सहजपणे होईल, असंही म्हणता येत नाही. तरीही हा सगळा प्रकार भारतामध्ये सध्या संभ्रमावस्थेत टाकणारच आहे, असं आपण नक्की म्हणू शकतो.

बिटकॉइनचं भवितव्य

एका बिटकॉइनची किंमत कुठपर्यंत जाऊ शकेल याविषयी अनेक जण आपापली भाकितं मांडत असतात. हा निव्वळ सट्ट्याचा प्रकार असल्याचं अनेक तज्ज्ञ एकीकडे म्हणत असले तरी दुसरीकडे इतर काही अभ्यासक मात्र बिटकॉइनमध्ये गुंतवणूक करण्याचा सल्ला अजूनही देतात. उदाहरणार्थ, 'फेसबुक' कंपनीमध्ये सुरुवातीला महत्त्वाची भूमिका बजावलेल्या कॅमेरून आणि टायलर व्हिंकेलव्हॉस या जुळ्या बंधूंनी ८ डिसेंबर २०१७ रोजी एका बिटकॉइनची किंमत १५,००० डॉलर्सच्या आसपास जाऊन पोहोचलेली असताना ती 'आणखी २० पट होईल' असं विधान केलं! या दोघांनी २०१३मध्ये आपल्याकडे १.१० कोटी डॉलर्स किमतीच्या बिटकॉइन्स असल्याचं म्हटलं होतं. २०१७च्या डिसेंबर महिन्यात या गुंतवणुकीचं मूल्य १७०० कोटी डॉलर्स एवढं होत होतं! साहजिकच आपल्याकडची बिटकॉइनमधली गुंतवणूक आपण कायम राखणार असल्याचं ते सांगतात.

याच्या साधारण दोन महिने आधी आंतरराष्ट्रीय नाणेनिधीची व्यवस्थापकीय संचालक ख्रिस्तिन लगार्ड हिनं बिटकॉइन या चलनाची दखल जागतिक पातळीवरच्या आर्थिक व्यवहारांमध्ये घेण्याची गरज व्यक्त केली होती. बिटकॉइन ही संकल्पना काही दिवस टिकून नष्ट होणार नसल्याचं मत लगार्डनं मांडलं. म्हणूनच सगळ्याच आर्थिक बाजारपेठांमध्ये

बिटकॉइन हा एक पर्याय ठरू शकतो, असं लगार्डला वाटतं. गंमत म्हणजे बरोबर याच दिवशी जेपी मॉर्गन चेस अँड कंपनी या अर्थविश्वातल्या बलाढ्य कंपनीचा अध्यक्ष जेमी डिमॉन यानं मात्र बिटकॉइनवर कडाडून टीका केली. गुन्हेगार आणि पैशांची अफरातफर करणारे लोक यांच्या दृष्टीनं बिटकॉइन ही सुवर्णसंधी असल्याचं विधान त्यानं केलं. म्हणजेच संघटित गुन्हेगारी, आक्षेपार्ह व्यवहार, अमली पदार्थांची तस्करी, मानवी तस्करी अशा सगळ्या गोष्टींसाठीच बिटकॉइन आदर्श ठरत असल्याचं आपलं मत असल्याचं तो स्पष्टपणे म्हणाला. दुसरीकडे एचएसबीसी, बार्कलेज अशांसारख्या बलाढ्य कंपन्यांनी बिटकॉइनशी संबंधित असलेले व्यवहार करण्यासाठीची यंत्रणा उभी करण्याचं काम हाती घेतलेलं आहे. म्हणजेच या सगळ्या तज्ज्ञांच्या मतांमध्ये अजिबात एकवाक्यता नाही.

बिटकॉइनचा फुगा

कधी ना कधी बिटकॉइनमधला फुगा नक्कीच फुटणार असं बहुतेक लोक म्हणतात. हे नक्की कधी घडेल याविषयी मात्र कुणालाच सांगता येत नाही. तसं ते सांगणंही कठीण आहे. याचं कारण म्हणजे बिटकॉइनची संपूर्ण संकल्पना लोकांच्या मनातल्या बिटकॉइनवरच्या विश्वासावर आधारित आहे. अचानकपणे एखाद्या क्षणी एखाद्या माणसाला बिटकॉइनविषयी वाटत असलेला विश्वास समजा काही कारणानं ढासळला आणि त्यानं आपल्याकडच्या बिटकॉइन्स विकायला काढल्या. साधारणपणे त्याच सुमाराला आणखी कुणाला तरी असं वाटलं. असं होत होत लोकांनी आपल्याकडच्या बिटकॉइन्स विकायला काढल्या तर हा वणवा वेगानं पसरून अक्षरश: काही तासांमध्ये बिटकॉइनची किंमत धुळीला मिळू शकते.

या सगळ्यामधली महत्त्वाची गोष्ट म्हणजे कुठल्याही आर्थिक निकषांवर किंवा विश्लेषणावर बिटकॉइनची किंमत अवलंबून नाही. तुलनेनं सांगायचं तर, समजा भारताची निर्यात घटत चालली आहे आणि आयात वाढत चालली आहे असं गुंतवणूकदारांना वाटलं तर ते भारतामध्ये गुंतवणूक करण्याचं प्रमाण कमी करतील. याच्या जोडीला सरकारचा खर्च जास्त होतो आहे आणि सरकारकडे जमा होत असलेला महसूल त्या मानानं कमी होतो आहे, असं वाटल्यावरही ही गुंतवणूक घटेल. म्हणजेच भारताकडे येणारे डॉलर्स आटतील. साहजिकच रुपयाचं मूल्य डॉलरच्या तुलनेत घसरेल. बिटकॉइनच्या बाबतीत असला काही प्रश्नच उद्भवत नाही. भारताची अर्थव्यवस्था, आयात, निर्यात, वित्तीय तूट, चलनाची परिस्थिती या सगळ्याशी बिटकॉइनचा दुरूनही संबंध येत नाही. साहजिकच बिटकॉइनची खरी किंमत किती हा प्रश्नच मुळात गैरलागू आहे. बिटकॉइनच्या

गुंतवणूकदारांना पडलेला मोह आणि त्यांच्या मनात अधूनमधून बिटकॉइनविषयी वाटत असलेली भीती या दोनच गोष्टींवर बिटकॉइनची किंमत ठरते. जोपर्यंत मोह भीतीवर मात करत राहील तोपर्यंत ही किंमत वाढत राहील आणि जर भीतीनं मोहावर वरचष्मा गाजवला तर हे चक्र एकदम उलटं होऊन फिरायला लागेल.

यात आणखी एक मुद्दा निर्णायक ठरू शकतो. 'ब्लूमबर्ग' कंपनीच्या माहितीनुसार जगभरात फक्त १००० लोकांकडे एकंदर बिटकॉइन्सपैकी ४० टक्के बिटकॉइन्सचा साठा आहे. एक प्रकारे या लोकांच्या विश्वासावरच बिटकॉइनचं जवळपास निम्मं विश्व उभं आहे. त्यातही फक्त १०० जणांकडे एकंदर बिटकॉइन्सपैकी १७ टक्के बिटकॉइन्स आहेत. म्हणजेच बिटकॉइन्सच्या बाजारपेठेवर खूप कमी लोकांची मोठी पकड आहे. अर्थातच बिटकॉइनचा भाव वधारतच जाईल आणि एकूणच बिटकॉइनच्या संकल्पनेत दम आहे अशा गृहीतकांवर त्यांचा पक्का विश्वास असल्यामुळे त्यांनी आपली गुंतवणूक अनेक वर्षं कायम राखली आहे. आता जर या मंडळींपैकी अगदी मोजक्या लोकांनी आपल्याकडच्या काही बिटकॉइन्स विकायला काढल्या तर बिटकॉइनच्या जगात प्रचंड खळबळ माजू शकते. बिटकॉइनची किंमत वेगानं घसरू शकते. यामुळे घाबरून सर्वसामान्य गुंतवणूकदार आपल्याकडच्या बिटकॉइन्स धडाधड विकण्यासाठी उतावीळ होऊन बिटकॉइनला अक्षरश: घरघर लागू शकते. असं कधीतरी होईलच असं आपण म्हणू शकत नसलो तरी ते होणारच नाही, असंही आपण खातरीनं सांगू शकत नाही.

अर्थात यापूर्वीही बिटकॉइनच्या जगात असे फुगे येऊन फुटलेले आहेत; पण तेव्हा त्यांची पातळी खूपच बेताची होती. उदाहरणार्थ, २०११मध्ये एका बिटकॉइनची किंमत फक्त एक डॉलर होती. तिथून ती अचानकपणे वाढून ३० डॉलर्सवर गेली आणि हा फुगा फुटून ती लगेचच दोन डॉलर्सवर आली! अशा प्रकारे इथून पुढेही बिटकॉइनच्या किमतीत विलक्षण वाढ, त्यानंतर घसरण अशा गोष्टी बघायलाच मिळतील; पण एकंदर बिटकॉइनची किंमत वरच्या दिशेनं जाताना दिसेल असं अमेरिकेच्या एमआयटीमध्ये प्राध्यापक म्हणून काम करणाऱ्या ख्रिस्तिअन कॅटॅलिनीला वाटतं. याउलट, काही जण बिटकॉइनच्या संकल्पनेला 'ग्रेटर फूल थिअरी'ची उपमा देतात. याचा सोपा अर्थ म्हणजे एखादी गोष्ट अधिकाधिक महाग किंवा दुर्मीळ होत जाणार अशा भावनेपोटी अनेकदा लोक ती गोष्ट सातत्यानं चढ्या दरानं विकत घेत राहतात. सारासार विवेकबुद्धी अशा वेळी पार दूर सारली जाते. पहिल्यामागे दुसरा, दुसऱ्यामागे तिसरा अशी अनेक 'मूर्ख' माणसं या वेडेपणात सहभागी होत राहतात. असं करत करत शेवटी कधीतरी हा फुगा फुटून सगळेच

जण या वेडेपणातून बाहेर पडण्याचा प्रयत्न करायला लागतात. अखेर कुणीतरी शेवटचा माणूस म्हणजेच 'ग्रेटर फूल' या सगळ्या ओझ्याखाली दबून या सामूहिक मूर्खपणाची किंमत चुकवतो. अर्थातच त्याच्या एकट्याचंच नुकसान होतं असा अर्थ इथे अभिप्रेत नसतो. या वेडेपणातून सगळ्यात आधी बाहेर पडणाऱ्या काही लोकांची अर्थातच चांदी होते; पण यातून बाहेर पडायला जितका उशीर होतो तितकं जास्त नुकसान लोकांना सोसावं लागतं. अगदी शेअरबाजाराच्या तेजी-मंदीमध्येही हेच दृश्य बघायला मिळतं. बिटकॉइनच्या जगात मात्र आता एका बिटकॉइनची किंमत लाखांच्या घरात गेलेली असल्यामुळे हे नुकसान एखाद्याला कायमसाठी बरबाद करू शकतं.

जोसेफ स्टिग्लिट्झ हा आधुनिक काळातल्या सर्वोत्तम अर्थतज्ज्ञांपैकी एक मानला जातो. जागतिकीकरण, मूठभरांच्या हाती एकवटलेली संपत्ती अशा अनेक मुद्द्यांविषयीची स्टिग्लिट्झची मतं अत्यंत महत्त्वाची मानली जातात. या विषयांवर स्टिग्लिट्झनं अनेक भाषणं दिली आहेत, लेख लिहिले आहेत आणि पुस्तकंही लिहिली आहेत. त्याच्या कामासाठी नोबेल पारितोषिकानं त्याला गौरवण्यात आलं आहे. ३० नोव्हेंबर २०१७ रोजी ब्लूमबर्गनं स्टिग्लिट्झची मुलाखत घेतली. या मुलाखतीत बिटकॉइनविषयी स्टिग्लिट्झला प्रश्न विचारण्यात आला. कुठलाही मुलाहिजा न बाळगता अत्यंत स्पष्टपणे स्टिग्लिट्झनं आपलं मत परखड शब्दांमध्ये मांडलं. त्याच्याच शब्दांमध्ये सांगायचं तर 'पळवाटा काढण्याची संधी असल्यामुळे आणि कुणाचीच देखरेख नसल्यामुळे बिटकॉइन इतकं यशस्वी ठरलं आहे'. तसंच 'कुठल्याही सरकारी किंवा अधिकृत यंत्रणेचा अंकुश नसल्यामुळे तसंच समाजाच्या दृष्टीनं अजिबात उपयुक्त नसल्यामुळे बिटकॉइनवर बंदी घातली पाहिजे' असंही स्टिग्लिट्झ म्हणाला. बिटकॉइन हा निव्वळ फुगत चाललेला फुगा असून एके दिवशी तो फुटणार आहे, याची स्टिग्लिट्झला खातरी वाटते. अर्थात जोपर्यंत बिटकॉइनची किंमत वाढत जाईल तोपर्यंत लोकांना त्यात खूप मजा वाटेल आणि एक प्रकारची रोमांचकारकता ते अनुभवतील, असंही स्टिग्लिट्झ म्हणतो. जेव्हा बिटकॉइनची घसरण सुरू होईल तेव्हा मात्र परिस्थिती या लोकांच्या हाताबाहेर जाईल, असं त्याचं मत आहे. मुख्य म्हणजे 'भविष्यात बिटकॉइनची किंमत सध्याच्या किमतीहून जास्त असेल' अशा आशेवर आणि गृहीतकावर सगळं अवलंबून आहे, याकडे स्टिग्लिट्झ आपलं लक्ष वेधतो. ही अनिश्चितता तर आहेच; पण शिवाय अधिकृत सरकारी यंत्रणांद्वारे बिटकॉइनवर केव्हाही नियंत्रण येऊ शकतं हा भागही त्याला महत्त्वाचा वाटतो. म्हणूनच या धोकादायक प्रकारापासून लोकांनी दूर राहावं असं त्याचं मत आहे.

'करन्सी वॉर्स' नावाचं चलनांच्या चढउतारांविषयीचं आणि त्यामधल्या अर्थकारणाबरोबरच राजकारणाविषयीचं पुस्तक लिहिणाऱ्या जिम रिकार्ड्सलाही बिटकॉइनविषयी खातरी वाटत नाही. कागदी चलनांमध्ये फारसा दम नाही असं रिकार्ड्स नेहमीच म्हणत आलेला आहे. या कागदी चलनांवरचा लोकांचा विश्वास उडाला की ते आपोआपच मोठ्या प्रमाणावर सोनं खरेदी करायला लागतील, असं त्याचं मत आहे. म्हणूनच सोन्याचा प्रति औंस भाव १०,००० डॉलर्सच्या आसपास जाण्याची शक्यता तो बऱ्याच काळापासून व्यक्त करतो. म्हणजेच सोन्याचा भाव सध्याच्या तुलनेत ९-१० पट वाढेल असं तो म्हणतो! असं असूनही सोन्याला पर्याय म्हणून बिटकॉइनचा विचार करण्याविषयी तो साशंक आहे. ३ डिसेंबर २०१७ रोजी *बिझनेस इनसायडर इंडियाला* दिलेल्या मुलाखतीत रिकार्ड्सनं आपलं हे मत स्पष्टपणे मांडलं. त्याच्या मुलाखतीचा सारांश असा :

सध्या बिटकॉइनचा भाव दिवसाला १० टक्के एवढ्या मोठ्या प्रमाणात वर-खाली होताना दिसतो. कदाचित एका बिटकॉइनचा दर भविष्यात आपल्याला २०,००० किंवा ३०,००० डॉलर्स एवढा वाढल्याचंही दिसेल. नंतर मात्र तो ० ते २०० डॉलर्सच्या दरम्यान स्थिरावेल. गुन्हेगार, दहशतवादी, पैशांची अफरातफर करणारे, करबुडवेगिरी करणारे या सगळ्यांसाठी बिटकॉइन हे अत्यंत उपयुक्त चलन आहे. म्हणूनच बिटकॉइनचा दर अगदी ० डॉलर्सपर्यंत खाली जाणार नाही; तरीसुद्धा बिटकॉइन हा फुगत चाललेला फुगा आहे यात अजिबात शंका नाही. 'ट्युलिप मॅनिया' म्हणून ओळखल्या जाणाऱ्या ऐतिहासिक वेडपटपणानंतरचा हा दुसरा सगळ्यात मोठा वेडेपणा आहे. अगदी 'साऊथ सी बबल', 'मिसिसिपी बबल', १९२९ सालच्या अमेरिकी शेअरबाजारातला फुगवट्यापेक्षा बिटकॉइनमधला फुगा खूप मोठा आहे. म्हणूनच मी बिटकॉइनच्या भानगडीत अजिबात पडत नाही. तसंच माझ्याशी व्यावसायिक संबंध असलेल्या कुणालाही मी बिटकॉइनमध्ये गुंतवणूक करण्याचा सल्ला मुळीच देत नाही. तरीही माझा मुक्त अर्थव्यवस्था आणि मुक्त बाजारपेठ यांच्यावर पूर्ण विश्वास असल्यामुळे ज्या कुणाला या आगीत उडी मारायची असेल त्यांनी मारावी, असं मी म्हणेन.

सोनं, चांदी, शेअर्स, बॉँड्स, परकीय चलन अशा सगळ्या प्रकारच्या आर्थिक व्यवहारांचं नियंत्रण करण्यासाठी सरकारच्या वतीनं नियंत्रक नेमलेला असतो. याचं कारण म्हणजे कुठल्याही प्रकारच्या गुंतवणुकीमध्ये आणि आर्थिक व्यवहारांमध्ये लबाडी करण्यासाठी काही लोक सातत्यानं प्रयत्न करत असतात. त्यांना रोखणं किंवा पकडणं

यासाठी या नियंत्रकाची गरज असते. बिटकॉइनच्या बाबतीत मात्र असला कुठलाच नियंत्रक नाही. कुठल्याही मध्यवर्ती यंत्रणेचं बिटकॉइनवर लक्ष नाही. याचा अर्थ बिटकॉइनचे व्यवहार करणारे सगळे लोक अत्यंत प्रामाणिक असतात आणि कुणालाच त्यात अफरातफर करायची नसते, असं समजायचं का? इतर सगळ्या प्रकारच्या गुंतवणुकींमध्ये जर सातत्यानं फसवणुकीचे प्रकार उघडकीला येत असतील तर फक्त बिटकॉइन हाच जगामधला एकमेव सुरक्षित व्यवहार मानायचा का? उलट, कुणाचंच बिटकॉइनवर नियंत्रण नाही याचा फायदा उठवून गुन्हेगारी प्रवृत्तीचे लोक यात विलक्षण धुमाकूळ घालू शकतात. यासाठी आपल्याला एक सोपं उदाहरणच घेता येईल. समजा, तुम्ही आणि मी असे दोघं बिटकॉइनचे यूजर्स आहोत आणि आपल्याला काहीतरी अफरातफर करायची आहे. सुरुवातीला मी तुम्हांला एक बिटकॉइन १०,००० डॉलर्सना विकेन. तुम्ही ती लगेचच मला १०,१०० डॉलर्सना परत विकायची. त्याबरोबर मी तुम्हांला परत तीच बिटकॉइन १०,२०० डॉलर्सना विकेन. असं करत करत हा व्यवहार दिवसभर अव्याहतपणे सुरू ठेवायचा. याला तांत्रिक भाषेत 'पेंटिंग द टेप' असं म्हणतात. या सगळ्या व्यवहारांच्या नोंदी बिटकॉइनच्या ब्लॉकचेनमध्ये होणार. म्हणजेच बिटकॉइनच्या जाळ्यातल्या इतर यूजर्सना त्या दिसणार. त्या बघून बिटकॉइनची किंमत सातत्यानं आणि वेगानं वाढत चाललेली असल्याचा त्यांचा समज होणार. आपोआपच ते ही किंमत आणखी वाढण्याच्या आत बिटकॉइन्स खरेदी करण्यासाठी धडपडणार.

बिटकॉइन्सचं खर्चीक मायनिंग

बिटकॉइन्सशी संबंधित असलेल्या व्यवहारांच्या नोंदी करण्यासाठी मायनिंग नावाचा प्रकार वापरला जातो, हे इतरत्र विस्तारानं आलेलंच आहे. याचा सोपा अर्थ म्हणजे नव्यानं तयार होत असलेल्या आभासी बिटकॉइन्सचं बक्षीस मिळवण्यासाठी धडपडणं असा होतो. यासाठी अत्यंत क्लिष्ट संगणकीय व्यवहार करावे लागतात. ते संगणकच करतात; पण त्यासाठी खूप मोठ्या प्रमाणावर संगणकीय शक्ती खर्च होते. म्हणजेच संगणकाचा सीपीयू, त्याची मेमरी, त्याची हार्ड डिस्क, इंटरनेटची सुविधा हे सगळं यासाठी प्रचंड प्रमाणावर वापरावं लागतं. तसंच आपल्याला इतरांच्या आधी नव्यानं तयार होत असलेल्या बिटकॉइन्स मिळवायच्या तर त्यासाठी मायनिंगची स्पर्धा आपण जिंकणं गरजेचं असतं. म्हणजेच या लोकांकडे असलेल्या संगणकीय यंत्रणेपेक्षा जास्त ताकदीची संगणकीय यंत्रणा आपल्याकडे असायला हवी. ही यंत्रणा चालवण्यासाठीची वीज आपण वापरणंही

गरजेचं ठरतं. यात विशेष असं ते काय असं आपण म्हणू...

यामधलं थक्क करून सोडणारं वैशिष्ट्य म्हणजे सध्याच्या आकडेवारीनुसार जगभरात बिटकॉइन्सचं मायनिंग सुरू असतं त्यासाठी लागणाऱ्या विजेच्या प्रमाणाचं आहे. जगभरात नव्यानं तयार होत असलेल्या बिटकॉइन्स मिळवण्यासाठी यूजर्स धडपडत असतात; म्हणजेच आपले संगणक ते याच कामासाठी वापरतात. यातून खर्ची पडणारी वीज किती असावी? वर्षभरात बिटकॉइन्सच्या मायनिंगसाठी लागणारी वीज ही नऊ कोटी लोकसंख्या असलेल्या नायजेरिया या देशाला वर्षभर पुरेल इतकी असते! लवकरच बिटकॉइन्सच्या मायनिंगच्या कामात वर्षभराच्या काळात वापरल्या जाणाऱ्या विजेचं प्रमाण हे जगातली तिसरी सगळ्यांत मोठी अर्थव्यवस्था असलेल्या जपानला वर्षभर पुरेल इतक्या विजेएवढं असेल! म्हणजेच लवकरच बिटकॉइन्सच्या मायनिंगचे व्यवहार अव्यवहार्य ठरतील. जर मायनिंगसाठी लागणारा खर्च बिटकॉइनच्या किमतीहून जास्त झाला तर बिटकॉइनचं मायनिंग करण्याचा लोकांचा उत्साहच मावळेल. याचं कारण म्हणजे मायनिंग करून मिळालेल्या बिटकॉइनची किंमतच त्यासाठीच्या खर्चाच्या मानानं अपुरी ठरेल.

बिटकॉइन आणि करचुकवेगिरी

बिटकॉइन आणि इतर आभासी चलनं यांचा अर्थव्यवस्थांवर गंभीर परिणाम होऊ शकतो. यातला पहिला मुद्दा करचुकवेगिरीचा आहे. भारतात गाजावाजा करून अमलात आणण्यात आलेल्या नोटाबंदीविषयी अजूनही उलटसुलट चर्चा सुरू असते. नोटाबंदीचा नक्की फायदा झाला, का तोटा झाला, या मुद्द्यावरून अनेक लोक निरनिराळी मतं मांडत राहतात. या पार्श्वभूमीवर बेनामी मालमत्ता, स्वीस तसंच इतर देशांमधल्या अवैध खात्यांमध्ये दडवलेले पैसे, सोनं अशा मार्गांचा वापर करून अनेक लोक आपल्याकडचा काळा पैसा लपवतात, हे सगळ्यांना माहीत झालं. आता अशा प्रकारे काळा पैसा दडवण्यासाठी आणि करचुकवेगिरी करण्यासाठी बिटकॉइन्सचा वापर होत असल्याची शक्यताच नव्हे, तर खातरी व्यक्त केली जाते. बिटकॉइन पारंपरिक कायदे आणि पारंपरिक अर्थव्यवस्था यांच्याबाहेर असल्यामुळे आपल्याकडचा काळा पैसा वापरून काही लोक बिटकॉइन्स खरेदी करतात, असं आढळून आलं आहे. म्हणजेच काळा पैसा दडवून ठेवण्यासाठी आता बिटकॉइन्स वापरल्या जातात. साहजिकच नजीकच्या काळात आपल्या आयकर विवरण पत्रकात सगळ्यांनी आपल्याकडे असलेल्या बिटकॉइन्सचे किंवा इतर आभासी चलनांचे तपशील दिले पाहिजेत, अशी अट सरकार घालू शकेल.

दुसरा मुद्दा बिटकॉइन्सच्या खरेदी-विक्रीच्या व्यवहारांमधून होत असलेल्या लाभाचा आहे. समजा, एखाद्या माणसानं १० लाख रुपये खर्चून एक बिटकॉइन विकत घेतली आणि काही महिन्यांनी ती १२ लाख रुपयांना विकली. म्हणजेच या माणसाला दोन लाख रुपये फायदा मिळाला. कुठल्याही भारतीय माणसानं आर्थिक व्यवहारांमधून नफा कमावला की आयकर विभागाच्या नियमांनुसार त्यानं कर भरणं अपेक्षित असतं. काही ठरावीक व्यवहारांसाठी सरकार या करांमधून मुक्तता देतं; पण तरीही अशा करमुक्त व्यवहारांची माहिती त्या माणसानं आपल्या आयकर विवरणात देणं अपेक्षित असतं. बिटकॉइन्सच्या बाबतीत मात्र असे कुठलेही निर्बंध अधिकृतरीत्या नाहीत. म्हणजेच दोन लाख रुपयांचा फायदा कमावलेल्या या माणसानं कुठलाच कर भरला नाही तरी चालेलच; पण त्यानं आपल्या आयकर विवरणात यासंबंधीचे कोणतेच तपशील देण्याचीसुद्धा गरज नाही असं अनेक जणांना वाटतं. प्रत्यक्षात मात्र या माणसानं या व्यवहारातून कमावलेली रक्कम आपल्या उत्पन्नात दाखवणं आणि त्यावर कर भरणं आवश्यक असल्याचे खुलासे आता होताना दिसतात. यामधल्या संदिग्धतेचा फायदा अनेक जण उठवताना दिसतात. तसंच एकूणच करचुकवेगिरी करण्याची मानसिकता असलेल्या लोकांसाठी तर हे व्यवहार म्हणजे मोठी सुवर्णसंधीच आहे. सर्वसामान्यपणे आपल्याला आयकर विभाग पकडू शकणार नाही, असं त्यांना वाटत असल्यामुळे बिटकॉइन्सच्या व्यवहारांमधून हात धुऊन घेण्याची संधी ते अजिबात दवडणार नाहीत हे उघडच आहे. साहजिकच बिटकॉइन्सच्या व्यवहारांसंबंधीच्या तरतुदी आयकर विभागानं तातडीनं जारी करण्याची आणि अशा व्यवहारांवर नजर ठेवण्यासाठीची गरज स्पष्ट होते. ज्याप्रमाणे इतर सगळे आर्थिक व्यवहार आपल्याला तपासता यावेत यासाठी सरकारनं सगळीकडे आधार कार्ड जोडण्याची सक्ती केली आहे, त्याच धर्तीवर बिटकॉइन आणि इतर आभासी चलनं यांच्या व्यवहारांविषयी सरकारला काहीतरी करणं भाग आहे. अन्यथा बिटकॉइनच्या विलक्षण वेगानं वाढत जाणाऱ्या किमतीचा मोठा फटका भारताला करचुकवेगिरीच्या रूपानं बसू शकतो.

बिटकॉइन आणि गुंतवणुकीचे इतर मार्ग

सर्वसामान्यपणे लोक आपल्याकडे गरजेपुरती रोख रक्कम ठेवून उरलेली रक्कम बँकांच्या ठेवी, म्युच्युअल फंड, पीपीएफ किंवा इतर सरकारी तसंच खासगी गुंतवणूक योजना, शेअरबाजार, सोनं अशा ठिकाणी गुंतवतात. आता मात्र बिटकॉइन आणि इतर आभासी चलनं यांच्या रूपानं या पारंपरिक गुंतवणूक योजनांपुढे मोठं आव्हान उभं राहण्याची

शक्यता दिसून येते. जर या आभासी चलनांमध्ये कृत्रिम फुगवटा आला असल्याचं अनेक तज्ज्ञांचं मत खरं असेल तर तो एके दिवशी फुटेल आणि बिटकॉइनसकट सगळ्या आभासी चलनांमध्ये गुंतवणूक करण्याविषयीचा लोकांचा उत्साह एकदम मावळेल. तसं झालं नाही आणि म्हणजेच बिटकॉइनमध्ये कृत्रिम फुगवटा आलाच नसेल तर? अशा परिस्थितीत मात्र पारंपरिक प्रकारच्या गुंतवणुकीच्या काही पर्यायांसमोर मोठं आव्हान उभं राहू शकतं. खास करून सोनं, लिक्विड किंवा अल्पकालीन मुदतीच्या ठेवी तसंच म्युच्युअल फंड योजना यांच्याऐवजी लोक एखाद्या आभासी चलनामध्ये रक्कम गुंतवण्याकडे झुकू शकतात. म्हणजेच बिटकॉइन आणि इतर आभासी चलनं यांच्यासाठीची मागणी वाढतच गेली तर इतर प्रकारच्या योजनांसाठीची मागणी कमी होऊ शकते. याचे परिणाम दूरगामी आहेत.

एकतर सोन्याचा भाव आणखी घसरू शकतो. सोन्याची आयात भारतात मोठ्या प्रमाणावर होत असते. ही आयात एकदम बिनकामाची आणि भारताच्या अर्थकारणाला मारक असल्याचं मत अनेक जणांनी अनेक वेळा व्यक्त केलं आहे. बिटकॉइनमुळे सोन्याचा भाव घसरत राहिला तर कदाचित लोकांचा सोनं विकत घेत राहण्याचा अट्टाहास कमी होईल आणि यामुळे भारताला सोन्याची आयात कमी करणं शक्य होईल. हे भारतीय अर्थव्यवस्थेच्या दृष्टीनं चांगलंच असेल. यामधली मुख्य अडचण म्हणजे ज्या सोन्याऐवजी बिटकॉइन्समध्ये भारतीय लोक गुंतवणूक करतील त्या गुंतवणुकीचा भारताला काय फायदा असेल? तर अजिबातच कसलाच फायदा नसेल. एकतर इतर उपयुक्त कारणांसाठी वापरला जाऊ शकणारा पैसा सोन्यामध्ये अडकून राहण्याऐवजी

Figure1: **Gold and Bitcoin** Have Been Great Stores of Value.

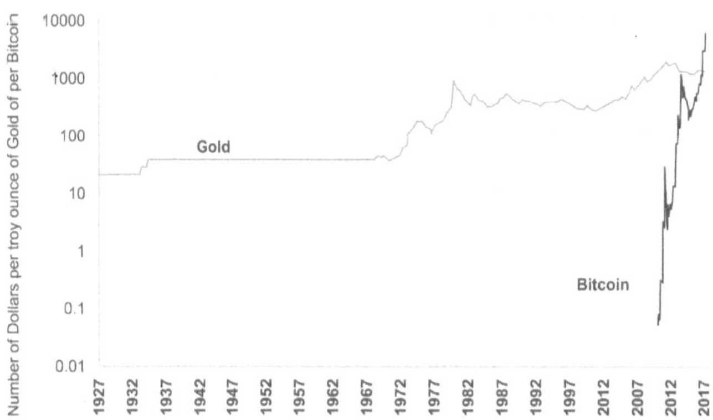

Source: Bloomberg Professional (GOLDS and XBT)

आता तो बिटकॉइन्समध्ये अडकून राहील. म्हणजेच सोन्याची आयात कमी झाल्यामुळे अर्थव्यवस्थेमध्ये उपयुक्त कामांसाठी जास्त पैसा उपलब्ध होईल असं अजिबातच नाही. फक्त सोन्याकडून तो तितक्याच अनुत्पादक असलेल्या बिटकॉइन्समध्ये शिरेल. दुसरं म्हणजे बिटकॉइन्सच्या व्यवहारांवर कसलंच नियंत्रण नसलं तर यातून निर्माण होणारे धोके, गैरव्यवहार, करचुकवेगिरी, सर्वसामान्य लोकांनी हावेपोटी केलेल्या गुंतवणुकीनंतर त्यांना सोसावं लागणारं संभाव्य नुकसान या सगळ्या मुद्द्यांचा विचार होणं गरजेचं आहे.

दुसरी गोष्ट म्हणजे लोक आपल्या सुरक्षित बँक ठेवी किंवा म्युच्युअल फंड योजना यामधले पैसे काढून बिटकॉइनमध्ये गुंतवायला लागले तर? अर्थातच बँकांना कर्ज देण्यासाठी कमी पैसे उपलब्ध होतील. कंपन्यांना विस्तारासाठी भांडवल कमी प्रमाणात मिळायला लागेल. याचा थेट परिणाम बँकांनी व्याजदर वाढवण्यावर होईल. म्हणजेच कर्ज महागतील आणि आपल्याकडच्या ठेवींवर जास्त व्याज देणं बँकांना गरजेचं ठरेल. कर्ज महागल्यामुळे अर्थव्यवस्थेमधली गुंतवणूक थंडावेल. साहजिकच महागाई, बेकारी यांचा जोर वाढेल. अर्थातच ही एकदम टोकाची शक्यता झाली; पण तिच्याकडे पूर्णपणे दुर्लक्ष करणं अजिबातच परवडण्यासारखं नाही. मोठ्या मुश्किलीनं आपण बँकांच्या अनुत्पादक कर्जांच्या प्रश्नातून बाहेर पडण्यासाठी धडपडत असताना बिटकॉइनच्या रूपानं हे संकट काही प्रमाणात आपल्या अर्थव्यवस्थेवर घोंघावू शकतं याची रिझर्व्ह बँकेला कल्पना आलेलीच असणार. म्हणूनच सरकारी पातळीवर याविषयी काय निर्णय घेतला जातो, हे पाहणं महत्त्वाचं ठरेल.

३० नोव्हेंबर २०१७ रोजीच्या आकडेवारीनुसार जगभरातल्या आभासी चलनाचं एकूण 'मूल्य' ३१,६०० कोटी डॉलर्स इतकं होतं. या तुलनेत १.५८ लाख कोटी डॉलर्स इतक्या मूल्याचं चलन फक्त अमेरिकी डॉलर्सचा विचार केला तरी अर्थव्यवस्थेत खेळत आहे. तसंच जगभरातल्या सगळ्या सोन्याच्या साठ्याचा हिशेब लावला तर तो ७.८ लाख कोटी डॉलर्स इतका आहे. साहजिकच डॉलर तसंच इतर चलनं आणि सोनं यांच्या तुलनेत बिटकॉइनसदृश चलनं एकदम किरकोळ आहेत. म्हणूनच त्यांच्या मागणीत वेगानं वाढ होत असली तरी प्रत्यक्ष अर्थव्यवस्थांवर या मागणीचा फारसा परिणाम होताना दिसत नाही. याच वेगानं या आभासी चलनांच्या मागणीत वाढ होत राहिली आणि त्यांच्यामध्ये आलेला फुगा फुटलाच नाही तर? मग मात्र हळूहळू या चलनांचा फटका प्रस्थापित, पारंपरिक चलनांना बसू शकतो. म्हणूनच ही शक्यता अजिबात विचारातच न घेण्याचा धोका पत्करणं कुणालाच परवडण्यासारखं नाही. ■

ऐतिहासिक आर्थिक घोटाळे

बिटकॉइन हा एक मोठा आर्थिक फुगवटा असून तो कधी ना कधी फुटणारच, असं मत बहुतेक तज्ज्ञ व्यक्त करतात. इतिहासात यापूर्वी अनेक मोठे आर्थिक घोटाळे झाले आहेत. त्यांचा आढावा आता आपण घेऊ.

ट्युलिप मॅनिया

इसवी सन सतराव्या शतकामध्ये हॉलंड आर्थिक क्षेत्रात गाजलं ते 'ट्युलिप' नावाच्या फुलझाडाच्या खोडाच्या किंवा कंदाच्या संदर्भातल्या महाभयंकर आर्थिक फुग्यामुळे. तुर्कस्थानमधल्या 'फेटा' या अर्थाच्या एका शब्दापासून 'ट्युलिप' हा शब्द बनला आहे. ट्युलिप या आकर्षक फुलाविषयी सोळाव्या शतकापासूनच युरोपमध्ये खूप कुतूहल असे. त्यामुळे ठिकठिकाणी ट्युलिपचे व्यवहार होत असत. ॲमस्टरडॅममधून महागडे ट्युलिप्स पश्चिम युरोपीय देशांमध्ये पाठवले जात. ट्युलिपच्या काही दुर्मीळ प्रकारच्या जातींना तर खूप भाव असे. पॅरिसमध्ये १६३०च्या दशकात ट्युलिपची फुलं जवळ बाळगणं 'फॅशन'

करण्यासारखं मानलं जाई. दुहेरी रंगाची तसंच पट्ट्यापट्ट्यांची ट्युलिपची फुलं तर अगदी ऐटदारच असत. नंतरच्या काळात या फुलांवरच्या एका विषाणूमुळे असं घडतं, असं लक्षात आलं. अशा उपजातीची फुलं कमी प्रमाणात आढळत असल्यामुळे त्यांची चढ्या भावानं विक्री होई. यातूनच १६३४मध्ये सुरू झालेला आणि १६३७मध्ये शिगेला गेलेला 'ट्युलिप मॅनिया' घडला.

या काळात हॉलंडमध्ये समृद्धीचं वातावरण होतं. साहजिकच सर्वसाधारण लोकांनाही ट्युलिपची फुलं विकत घेणं परवडत असे. याशिवाय अनेक लोकांना आपणही ट्युलिपच्या फुलझाडाची रोपं लावावीत आणि ट्युलिपच्या फुलांचं उत्पादन करावं असं वाटायला लागलं. साहजिकच ट्युलिपच्या खोडाच्या विक्रीचा जोर वाढला. यातून भविष्यातल्या खोडांचे व्यवहार म्हणजे 'फ्यूचर्स'चे व्यवहार सुरू झाले. मोठ्या प्रमाणावर ट्युलिपच्या खोडांची विक्री करणारे लोक यासाठी चक्क लिखित करारनामा करत. त्यावर नोटरीच्या सह्या असत. त्यात ट्युलिपच्या खोडाची किंमत, कुठल्या तारखेला हे खोड उपलब्ध करून दिलं जाईल या सगळ्या गोष्टींबरोबरच इतर कायदेशीर गोष्टी लिहिल्या

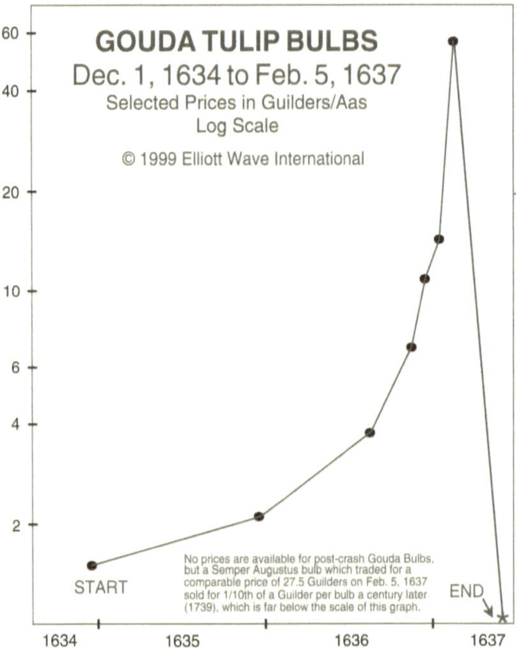

जात. खोडाची किंमत कधी रोख अदा केली जाई, तर कधी उधारीनंही खोडाची विक्री होई. कित्येकदा पैशांऐवजी गुरंढोरं, गहू, घरं, चित्रं, चांदीचे दागिने, दारू अशा अनेक 'चलनां'चा यासाठी वापर केला जाई.

ट्युलिपच्या खोडांच्या लिलावाच्या वेळी बोली लावणारे लोक खोडाची किंमत वाढवत नेत असत. काही वेळा ही किंमत वाढून मूळ बोलीच्या तब्बल २०० पट झाल्याची उदाहरणं आहेत. फक्त एका गावातच या खोडांच्या विक्रीचा झपाटा त्या काळातल्या फ्लॉरिन या चलनाचा एक कोटीचा आकडा पार करून गेल्याची नोंद आहे. ट्युलिपचं सगळ्यांत महाग खोड तेव्हाच्या किमान २०,००० ब्रिटिश पौंड किमतीला विकलं गेल्याचं मानलं जातं. एका माणसानं तर आपल्या एकूण संपत्तीचा निम्मा हिस्सा ट्युलिपच्या फक्त एका खोडासाठी खर्च केला. यातून त्याला कसलाही नफा कमवायचा नव्हता. हे खोड तो अभिमानानं आपल्या ओळखीच्या लोकांना फक्त दाखवत राहिला. ट्युलिपच्या एका दुर्मीळ जातीच्या खोडासाठी एका माणसानं आपली १२ एकर जमीन देऊ केली. दुसऱ्या एका माणसानं अशाच एका खोडासाठी गव्हाची दोन पोती, दुसऱ्या एका धान्याच्या पिठाची चार पोती, चार धट्टेकट्टे बैल, आठ जाडजूड डुकरं, बारा गब्बू मेंढ्या, वाईनचे दोन ड्रम्स, बिअरचे चार ड्रम्स, दोन टन बटर, सुमारे पाचशे किलो चीझ, एक पलंग, कपड्यांनी भरलेलं एक कपाट, चांदीचा एक कप असा मोबदला दिला. लोकांनी आपले कामधंदे सोडून ट्युलिपचं वेड मनात घेतलं होतं. ट्युलिपच्या खोडांचा भाव इतका वाढला की सोन्याची विक्री ग्रॅम्सच्या पटीत व्हावी तशी या खोडांची विक्री सुरू झाली. यातून काही अचाट प्रसंगही घडले.

हॉलंडपासून लांब असलेल्या काही जणांना ट्युलिपच्या या वेडाविषयी माहीत नव्हते. एकदा एका खलाश्यानं आता लेबेनॉनचा भाग असलेल्या ठिकाणाहून मौल्यवान सामान सुरक्षितपणे आणलं आणि ॲमस्टरडॅममधल्या ज्या श्रीमंत व्यापाऱ्यानं ते मागवलं होतं त्याला नेऊन दिलं. यामुळे खूश झालेल्या व्यापाऱ्यानं खलाश्याला एक मोठा मासा खायला दिला. इतका मस्त मासा खायला मिळणार म्हणून आनंद झालेला हा खलाशी तिथून निघाला तेव्हा त्याला व्यापाऱ्याच्या टेबलावर छोट्या कांद्यासारखं दिसणारं ट्युलिपचं एक फूल दिसलं. हे फूल किती दुर्मीळ आणि म्हणूनच किती महाग आहे याची त्या खलाश्याला अजिबातच कल्पना नव्हती. त्याला कांदा खायला मात्र खूप आवडे. त्यामुळे त्यानं हे फूल आपल्या खिशात कांदा समजून टाकून दिलं आणि तो तिथून निघून गेला. काही वेळानंतर ट्युलिपचं आपलं मौल्यवान फूल गायब झाल्याचं लक्षात येताच

त्या व्यापाऱ्यानं आकाशपाताळ एक केलं. सगळ्यांची झडती घेऊन झाल्यावर त्याला खलाश्याची आठवण झाली. तातडीनं आपल्या एका नोकराला घेऊन तो त्या खलाश्याच्या शोधाला निघाला. काही वेळानंतर त्यांना तो खलाशी आनंदानं त्याला सापडलेल्या 'कांद्याचा' शेवटचा घास तोडत असताना दिसला. आपण कांदा समजून ट्युलिपचं जे फूल फस्त केलं आहे, त्याची किंमत आपण आणलेल्या जहाजाच्या वाहतुकीचा वर्षभराचा खर्च आणि त्यावर काम करत असलेल्या सगळ्या लोकांचा वर्षभराचा पगार यांच्या बेरजेइतका असेल, याची त्याला काहीच कल्पना नव्हती. या निरागसतेमुळे त्याला पुढचे अनेक महिने तुरुंगात काढावे लागले!

दुसऱ्या एका ब्रिटिश प्रवाशाची या संदर्भातली कहाणीसुद्धा काही सनसनाटी नाही. हौशी तत्त्वांवर वनस्पतिशास्त्राचे प्रयोग करणाऱ्या या माणसानं हॉलंडमध्ये असताना एका श्रीमंत माणसाच्या घरात ट्युलिपचं एक मूळ बघितलं. त्याला हे कांद्याचंच मूळ वाटलं. त्यानं तोपर्यंत बघितलेल्या कांद्याच्या मुळांपेक्षा हे जरा वेगळं असल्यामुळे त्याला याविषयी कुतूहल वाटलं. त्यानं यावर प्रयोग करण्यासाठी म्हणून या मुळाचे दोन तुकडे केले आणि एक तुकडा आपल्याकडे ठेवला. त्यानंतर त्यानं आपल्याकडच्या तुकड्याचेही दोन भाग केले आणि त्याच्या रंगरूपाविषयी आश्चर्य व्यक्त करणाऱ्या प्रतिक्रिया दिल्या. काही वेळानंतर तो श्रीमंत माणूस तिथे येताच त्याला प्रचंड मोठा धक्का बसला. त्यानं या ब्रिटिश माणसाच्या सदऱ्याची कॉलर खेचत त्याला थेट स्थानिक न्यायाधिकाऱ्याकडे नेलं. आपण साधं कांद्याचं एक मूळ कापल्यामुळे हा डच माणूस इतका का भडकला आहे, हे त्या ब्रिटिश माणसाला अजिबातच समजत नव्हतं. न्यायाधिकाऱ्यानं त्या ब्रिटिश माणसाला ४,००० फ्लॉरिन्सचा दंड केला. त्याच्याकडे इतके पैसे नसल्यामुळे त्याला हे पैसे खूप प्रयत्नांनी आपल्या मित्रांकडून जमवेपर्यंत काही महिने तुरुंगात काढावे लागले!

ट्युलिपविषयीच्या या वेडामुळे १६३६मध्ये ॲमस्टरडॅमसकट हॉलंडच्या इतर अनेक शेअरबाजारांमध्ये ट्युलिपच्या खरेदी-विक्रीचे व्यवहार सुरू झाले. शेअरदलालांनी लगेचच आपल्यासमोर चालून आलेल्या सुवर्णसंधीचा पुरेपूर लाभ उठवायचं ठरवलं आणि ट्युलिपच्या किमतीमध्ये मोठे फुगवटे निर्माण करायला सुरुवात केली. यातून अनेक जणांनी आपला प्रचंड फायदा करून घेतला. ट्युलिपच्या किमतीमध्ये सातत्यानं वाढ होत असल्यामुळे सर्वसामान्य लोकांनाही त्या संदर्भात हाव वाटायला लागली. अनेक जण रातोरात श्रीमंत झाले. ट्युलिपचं वेड कायमस्वरूपी आहे असा सगळ्यांचा समज झाला. अगदी गरीब लोकसुद्धा ट्युलिपच्या व्यवहारांमध्ये उतरले. अनेक जणांनी आपलं घरदार

आणि इतर संपत्ती हे सगळं विकून ट्युलिप्सची खरेदी केली. अनेक परदेशी गुंतवणूकदारांनी ट्युलिप्ससाठी हॉलंडमध्ये पैसे ओतले. यामुळे हॉलंडमधली घरं, तिथल्या जमिनी, घोडे अशा सगळ्यांच्या किमतीही आपोआपच वाढल्या. ट्युलिपच्या व्यवहारामध्ये सुसूत्रता आणण्यासाठी नोटरी, कारकून आणि वकील यांची नेमणूक झाली.

ट्युलिपचं वेड वाढत गेलं. शेवटी काही जणांना यातला फोलपणा लक्षात आला. काही श्रीमंत लोकांनी आपल्या ऐटीसाठी म्हणून केली जाणारी ट्युलिप्सची खरेदी बंद केली. त्याऐवजी ते खरेदी केलेले ट्युलिप्स शंभर टक्के नफा कमावून इतरांना विकायला लागले. यामुळे ट्युलिपच्या किमतीमध्ये वेगानं घट होत गेली आणि ही किंमत परत वाढलीच नाही. सगळीकडे भीतीचं वातावरण पसरलं. ट्युलिपच्या व्यवहारांमध्ये सन्नाटा पसरला. अनेक जणांनी ट्युलिपची खरेदी भविष्यात करण्यासाठी 'फ्यूचर्स'चे व्यवहार करायचे करार केले होते; पण आता ट्युलिपचे भाव कोसळल्यामुळे खरेदीदारांनी यातून आपलं अंग काढून घेतलं. आपल्याकडची ट्युलिपची खोडं प्रत्यक्षात कवडीमोलाचीच आहेत याची विक्रेत्यांना आणि नफेखोरांना जाणीव झाली. चाणाक्ष लोकांनी वेळीच ट्युलिपमधून अंग काढून घेऊन हाती आलेली संपत्ती इंग्लंड तसंच इतर देशांमध्ये गुंतवली होती. गाफील राहिलेल्या अनेक जणांचं मात्र यातून आयुष्यच उद्ध्वस्त झालं.

देशोधडीला लागलेल्या लोकांनी एकत्र येऊन यातून मार्ग काढायचं ठरवलं. यासाठी सरकारनं आपल्या मदतीला धावून यावं यासाठीची याचना करायचं ठरलं. सुरुवातीला सरकारनं या प्रकरणात पडायचं नाही असं ठरवलं आणि ट्युलिपच्या वेडात होरपळलेल्या लोकांनी आपसात चर्चा करून यातून मार्ग काढावा, असं सुचवलं. यासाठी अनेक बैठका झाल्या; पण त्यातून कुठलाही ठोस मार्ग निघाला नाही. शेवटी १६३६च्या नोव्हेंबर महिन्यापर्यंतचे सगळे व्यवहार कायदेबाह्य मानले जातील आणि यानंतरच्या व्यवहारांमध्ये ट्युलिपच्या सध्याच्या भावाच्या दहा टक्के अशा दरानं सगळे अपूर्ण व्यवहार पूर्ण केले जावेत असं ठरलं. जो माणूस हे मान्य करणार नाही त्याला कडक शिक्षा करण्यात येईल, अशा धमक्या देण्यात आल्या. प्रत्यक्षात न्यायालयांनी मात्र हे सगळे व्यवहार जुगारासारखे असल्यामुळे आपण त्यामध्ये पडणार नाही, असं जाहीर केलं. साहजिकच हे प्रकरण हेगमधल्या न्यायालयापुढे मांडण्यात आलं. तिथेही यातून कुठलाच तोडगा निघाला नाही आणि त्यामुळे हा विषय तिथेच संपला.

खरं म्हणजे ट्युलिपच्या फुलाविषयी आणि म्हणूनच त्याच्या खोडाविषयी लोकांच्या मनात इतका हव्यास का निर्माण व्हावा हे समजत नाही. ट्युलिपपेक्षा दिसायला आणि

सुगंधाच्या दृष्टीनंसुद्धा गुलाब जास्त श्रेष्ठ असतो असं मानलं जातं. ट्युलिपचं फूल खूप लवकर खराबही होतं. साहजिकच काही अनाकलनीय कारणांमुळे ट्युलिपच्या फुलांच्या संदर्भातला हा वेडेपणा सुरू झाला, असं आपण म्हणू शकतो! यामधला मूळ मुद्दा माणसाच्या मनातल्या लोभाचा आहे. कुठल्याही व्यवहारातून आपल्याला खूप नफा कमावता येईल अशी हाव माणसाच्या मनात निर्माण झाली की त्याचा शेवट बहुतेक वेळा दु:खद होतो, असं अनेकदा दिसून आलं आहे. ट्युलिपविषयीचं वेड ही या संदर्भातली पहिली घटना नसली तरी अगदी पहिल्या घटनांपैकी एक होती हे नक्की.

मिसिसिपी बबल आणि साऊथ सी बबल यांचा अचाट कहर!

आर्थिक व्यवहार आणि विशेषकरून शेअरबाजार यांच्या इतिहासामध्ये 'मिसिसिपी बबल' आणि 'साऊथ सी बबल' या नावानं ओळखले जाणारे घोटाळे अगदी अजरामर ठरले आहेत. हावेपोटी शेअर्सच्या किमती प्रमाणाबाहेर फुगवत न्यायच्या आणि शेवटी हा फुगा वाढत-वाढत फुटेपर्यंत मोठा करायचा, असा हा प्रकार होता. अर्थातच जेव्हा हा फुगा फुटला तेव्हा त्याचे प्रचंड मोठे दुष्परिणाम झाले. शेअरबाजारामधल्या बहुतेक सगळ्या फुग्यांच्या वेळी होतं तेव्हासारखंच याही वेळेला झालं. शेअर्सची खरी किंमत आणि बाजारामधली त्यांच्या खरेदी-विक्रीची किंमत यांच्यामधलं नातं साफ तुटलं. प्रकरण इथवर न थांबता ते आणखी ताणत गेलं. शेवटी एका पातळीवर हा सगळा प्रकार हाताबाहेर गेला आणि हा फुगा फुटला.

बहुतेक वेळा शेअरबाजारामधल्या अशा फुग्याची सुरुवात कुठल्या तरी एखाद्या नव्या घटनेनं होते. उदाहरणार्थ, एखादं नवं तंत्रज्ञान जन्माला येणं, राजकीय किंवा सामाजिक परिस्थितीमध्ये प्रचंड मोठे बदल घडणं, अशा प्रकारचे हे बदल असतात. कधीकधी आता नव्यानं सत्तेवर आलेलं सरकार एका ठरावीक क्षेत्रातल्या उद्योगधद्यांना अनुकूल असलेले निर्णय घेणार, असं मत कुठून तरी पसरतं. त्याबरोबर त्या क्षेत्रामधल्या कंपन्यांच्या शेअर्सची खरेदी मोठ्या धडाक्यानं सुरू होते. यातून शेअरबाजारामध्ये फुगा निर्माण होण्यासाठी सर्वसामान्य गुंतवणूकदारांनीसुद्धा मोठ्या प्रमाणावर शेअरबाजारामध्ये उतरणं गरजेचं असतं. असे गुंतवणूकदार शेअर्सची खरेदी करायला लागले की शेअरबाजारामधलं वातावरण तापायला लागतं. शेअर्सच्या किमती वर जायला लागतात. काही दिवसांमध्येच शेअर्सच्या किमती झपाट्यानं वाढत चाललेल्या बघून सर्वसामान्य गुंतवणूकदार आणखी शेअर्स खरेदी करायला लागतात. त्यामुळे अजूनही शेअरबाजाराच्या बाहेर असलेल्या

गुंतवणूकदारांनासुद्धा या सगळ्याचं आकर्षण वाटायला लागतं आणि तेही शेअर्समध्ये पैसे गुंतवायला लागतात. शेअरबाजारामधल्या गुंतवणुकीतून सगळ्यांना काही दिवसांमध्येच ५०-१०० टक्के इतका प्रचंड फायदा मिळत गेला की गुंतवणूकदारांच्या हावरटपणाला काही सीमाच राहत नाहीत. लोक आणखी मोठ्या प्रमाणात शेअर्स विकत घ्यायला लागतात. असं होत-होत अर्थातच शेअरबाजारात एक मोठा फुगा तयार होतो आणि एके दिवशी तो फुटला की सर्वसामान्य गुंतवणूकदारांसमोर मुकाट्यानं आपले हात चोळत बसण्याशिवाय दुसरा पर्यायच शिल्लक राहत नाही.

१७२०च्या 'साऊथ सी बबल'च्या संदर्भात नक्की काय घडलं असावं, याविषयी अगदी खातरीलायकरीत्या सांगता येत नाही. त्यातही अर्थातच भराभर आपला नफा करून घ्यायच्या मानवी प्रवृत्तीचा मोठा हात होताच. पण त्याशिवाय इतर काही घटकांनीसुद्धा या घटनेला हातभार लावला असावा असं मानलं जातं. या झटक्याचे हादरे ॲमस्टरडॅम आणि लंडन या त्या काळामधल्या दोन प्रमुख शेअरबाजारांमध्ये जाणवायच्या आधी ते पॅरिसमध्ये जाणवले. तिथून ते युरोपच्या उरलेल्या भागांमध्ये पसरले. त्या काळात फ्रान्समध्ये राजघराण्याकडे सत्ता एकवटली होती. इंग्लंडमध्ये तसंच इतर देशांमध्ये राजसत्तेच्या एकाधिकारशाहीवर नियंत्रण ठेवण्यासाठी असलेली संसदीय पद्धत किंवा दुसऱ्या प्रकारचा अंकुश या गोष्टी फ्रान्समध्ये नव्हत्या. त्यामुळे फ्रान्समधली सगळी अर्थव्यवस्थासुद्धा राजाच्या हातातच होती. फ्रान्सच्या अर्थव्यवस्थेचं पुनरुज्जीवन करणारा माणूस म्हणून मूळचा स्कॉटिश-ब्रिटिश असलेला जॉन लॉचं नाव घेतलं जातं. स्कॉटलंडच्या एडिनबरोमध्ये १६७१मध्ये सोनार आणि बँकर म्हणून व्यवसाय करत असलेल्या माणसाच्या कुटुंबामध्ये जन्मलेला जॉन लॉ चांगला उंचापुरा आणि धिप्पाड होता. आपल्या वयाच्या चौदाव्या वर्षी जॉन लॉनं आपल्या वडिलांच्या व्यवसायामध्ये मदत करायला सुरुवात केली; पण तीनच वर्षांनंतर जॉन लॉ याचे वडील दगावले. नंतर आपल्या तरुण वयात चेहऱ्यावर देवीचे वण असूनही स्त्रियांना भुरळ पाडणाऱ्या जॉन लॉनं वेगवेगळ्या स्त्रियांबरोबर मौजमजा आणि सट्टेबाजी या गोष्टींमध्ये भरपूर गुण आणि पैसे उधळले. सट्टेबाजीमध्ये भरपूर पैसा गमावल्यावर जॉन लॉनं त्यात काही काळ अडकायचं नाही असं ठरवलं; पण त्याला असं करणं जमलं नाही. सट्टेबाजी करत असताना जॉन लॉनं बारकाईनं केलेल्या निरीक्षणांमधून आपल्याला सातत्यानं कसं जिंकता येईल यासंबंधीचे डावपेच आखणं शक्य झालं. त्यातच जॉन लॉचं गणित चांगलं असल्यामुळे त्याला हे काम सहजपणे जमलं. यानंतर जॉन लॉ सट्टेबाजीमध्ये पैसे जिंकायला लागला आणि काही

जॉन लॉ

काळात कर्जबाजारीही झाला. त्यात त्यानं आपल्या सगळ्या कुटुंबाची संपत्ती गमावली. लवकरच त्याचं लक्ष सट्टेबाजीहून मोठ्या गोष्टींकडे वळलं.

१६९०च्या दशकात इंग्लंडमध्ये शेअरबाजाराच्या व्यवहारांमध्ये मोठ्या घडामोडी झालेल्या असल्या तरी जॉन लॉला मात्र त्यात सहभागी होता आलं नाही. यामागचं विचित्र कारण म्हणजे एका स्त्रीवर कुणाचा हक्क आहे यावरून झालेल्या तलवारबाजीच्या एका प्रसंगात जॉन लॉकडून एका माणसाचा खून झाल्यामुळे तो या काळात तुरुंगात होता. कायदेशीर मार्गानं आपली या कटकटीतून सुटका होणार नाही, हे लक्षात आल्यावर जॉन लॉनं तुरुंगामधल्या संबंधित अधिकाऱ्यांना लाच देऊन तिथून पळ काढला आणि तो युरोपमध्ये इतर ठिकाणी फिरला. जॉन लॉच्या जुगारी वृत्तीचे लहान मुलांवर दुष्परिणाम होतात या कारणामुळे त्याची व्हेनिसमधूनही हकालपट्टी झाली. त्यानंतर तो ॲमस्टरडॅमला जाऊन धडकला. ॲमस्टरडॅममध्ये त्या काळात अनेक आर्थिक व्यवहार चालायचे. ते बघून जॉन लॉ प्रभावित झाला. तिथल्या मध्यवर्ती बँकेला गरज पडेल तेव्हा आणखी नोटा छापायची परवानगी होती. यामुळे अर्थव्यवस्थेमध्ये नव्यानं जास्तीचा पैसा तयार होऊ शकतो ही गोष्ट जॉन लॉच्या लक्षात आली. यातून अर्थव्यवस्थेमधल्या उलाढालींमध्ये वाढ होऊ शकते तसंच आर्थिक बाजारांमध्ये तेजीचं वातावरण निर्माण होतं, हे जॉन लॉच्या चाणाक्ष नजरेनं टिपलं. युरोपच्या इतर भागांमध्ये ही संकल्पना पसरवायचं जॉन लॉच्या मनात आलं. पण तो तर इंग्लंडमधून पळून आलेला कैदी असल्यामुळे त्याला हे जमवून आणणं अवघड होतं. सुरुवातीला जॉन लॉनं खूप खटाटोप करून ब्रिटिश राणी

ॲन हिच्यापर्यंत आपली कल्पना पोहोचवली; पण तिनं जॉन लॉच्या कल्पनेला अजिबात प्रतिसाद दिला नाही. इतकंच नव्हे, तर पूर्वी केलेल्या गुन्ह्यातून माफी मिळण्यासाठी जॉन लॉनं अर्ज केला तर तोही फेटाळला जाईल अशी राणीनं त्याला तंबी दिली. तरीही यामुळे धीर न सोडता जॉन लॉनं आपलं म्हणणं फ्रेंच राज्यकर्त्यांपर्यंत पोहोचवलं. फ्रान्सचा चौदावा लुई राजा नुकताच दगावला होता आणि त्याचा मुलगा म्हणजे भावी पंधरावा लुई राजा फक्त सात वर्षांचा होता. चौदाव्या लुई राजाच्या कारकिर्दीमध्ये फ्रान्सचे नागरिक त्याच्यावर खूप खूश होते. त्याच्या मृत्यूनंतर मात्र अचानकपणे आपल्या आर्थिक अडचणींना चौदावा लुई राजाच कारणीभूत असल्याची त्यांची खातरी पटली. १७९५पर्यंत फ्रान्समध्ये 'लिव्हर' (Livre) नावाचं चलन वापरलं जात असे. आजच्या हिशेबानं १ लिव्हर म्हणजे साधारण १० अमेरिकी डॉलर्स असा अंदाज व्यक्त केला जातो. चौदाव्या लुईच्या काळात फ्रान्सवरचं एकूण कर्ज अनेक वर्षं साठत-साठत ३०० कोटी लिव्हर्सवर जाऊन पोहोचलं होतं. एका वर्षापुरता विचार करायचा तर सरकारचं वार्षिक उत्पन्न १४.५० कोटी लिव्हर्स, तर सरकारचा वार्षिक खर्च १४.२० कोटी लिव्हर्स अशी आकडेवारी होती.

दरम्यान, एका सरदारावर फ्रान्सचा राज्यकारभार काही काळासाठी सोपवण्यात आला होता. या सरदाराची जुगाराच्या एका खेळात जॉन लॉ याच्याशी ओळख झाली आणि जॉन लॉनं त्याला लगेचच प्रभावित करून सोडलं. त्यामुळे जॉन लॉचं सगळं म्हणणं त्याला पटलं. फ्रेंच सरकारला या संकटातून बाहेर काढू शकेल असं कुणीतरी हवंच होतं. याचा फायदा जॉन लॉनं उचलला. खरं म्हणजे आधी जॉन लॉनं फ्रान्सच्या अर्थकारणावर ताबा असलेल्या माणसाशी चर्चा व्हावी यासाठी प्रयत्न केले होते; पण जॉन लॉ हा कॅथॉलिक पंथाचा नाही या कारणावरून त्या माणसानं जॉन लॉला भेटायचं नाही असं ठरवलं होतं. पण सरदाराच्या मदतीनं आता जॉन लॉनं खटाटोप करून ५ मे १७१६ या दिवशी फ्रान्समध्ये 'बँक जनरले' नावाची मध्यवर्ती बँक सुरू केली. आधी या बँकेचं नाव 'लॉ ॲण्ड कंपनी' असं होतं. या बँकेमुळे फ्रान्समध्ये मोठ्या प्रमाणावर आर्थिक व्यवहार सुरू झाले. या बँकेच्या निर्मितीमधून जॉन लॉला स्वत:लाही प्रचंड मोठा आर्थिक लाभ झाला. या बँकेसाठी भांडवल गोळा करायच्या हेतूनं १२,००० शेअर्स विकायला काढण्यात आले आणि त्यातून ६० लाख लिव्हर्स इतकी रक्कम गोळा झाली. जॉन लॉला स्त्रियांचा खूप नाद असल्याचा व्यावसायिक फायदा करून घेण्याच्या हेतूनं त्यानं बँकिंग व्यवसायात असलेल्या लोकांच्या बायकांना भुरळ पाडायला सुरुवात केली. यातून जॉन लॉला त्याच्या या विवाहित असलेल्या प्रेयसी आपल्या बँकर नवऱ्यांकडे

असलेली आंतरराष्ट्रीय व्यवसायासंबंधीची महत्त्वाची माहितीसुद्धा पुरवायच्या. याचा जॉन लॉनं आपला व्यवसाय वाढवण्यासाठी पुरेपूर फायदा उठवला.

या घटनाक्रमाच्या पाठोपाठ १७१७मध्ये जॉन लॉनं इतिहासात गाजलेली 'कंपनी ऑफ द वेस्ट' ऊर्फ 'मिसिसिपी कंपनी' काढली. या कंपनीचं वैशिष्ट्य म्हणजे व्यावसायिकदृष्ट्या एकमेकांच्या अगदी विरोधात असलेल्या दोन गटांचा यातून फायदा होणार होता. यातला एक गट जवळपास कफल्लक होत आलेलं फ्रेंच सरकारचा होता; तर दुसरा गट फ्रेंच सरकारला पैसे कर्जाऊ देणाऱ्या मंडळींचा होता. जॉन लॉच्या कंपनीनं या संदर्भात अत्यंत चाणाक्षपणे एक युक्ती योजली. त्यानुसार तेव्हा फ्रेंच सरकारच्या अमलाखाली असलेल्या आणि आताच्या काळात अमेरिकेमधलं एक राज्य असलेल्या लुईझियाना प्रांताबरोबरचे सगळे व्यवहार करायचे हक्क जॉन लॉच्या कंपनीनं मिळवले. हे राज्य मिसिसिपी नदीच्या काठी वसलेलं आहे. या प्रांतात भरपूर करवसुली करता येईल आणि जॉन लॉच्या कंपनीला खूप नफा कमावता येईल असं चित्र निर्माण झालं. दरम्यान जॉन लॉच्या कंपनीनं शेअर्स विकायला काढले. पण हे शेअर्स फक्त खासगी गुंतवणूकदारांनाच खरेदीसाठी उपलब्ध होते. शेअर्सच्या खरेदीची रक्कम पैसे किंवा फ्रेंच सरकारचे बाँड्स अशा दोन माध्यमांमधून अदा करायची परवानगी होती. कफल्लक होत चाललेल्या फ्रेंच सरकारची अवस्था दारुण असल्यामुळे अर्थातच तेव्हा सरकारी बाँड्सना अजिबातच किंमत नव्हती. अशा वेळी जॉन लॉच्या या धूर्त चालीमुळे फ्रेंच सरकारच्या बाँड्सची किंमत अचानकच वधारली. कारण जॉन लॉची कंपनी भरपूर नफा कमवेल असं वाटून लोकांनी त्या कंपनीचे शेअर्स विकत घेण्यासाठी धडपड सुरू केली. अशा प्रकारे जे लोक जॉन लॉच्या कंपनीचे शेअर्स विकत घेण्यासाठी त्या शेअर्सच्या मोबदल्यात जॉन लॉला फ्रेंच सरकारचे बाँड्स विकणार होते. त्या बाँड्सवर फ्रेंच सरकारनं आपल्याला नेहमीच्या दरापेक्षा कमी दरानं व्याज दिलं तरी चालेल, असं जॉन लॉनं सांगितलं. साहजिकच एका झटक्यातच जॉन लॉनं अनेक गोष्टी साध्य केल्या. फ्रेंच सरकारच्या बाँड्सना यामुळे भाव आला. ज्या लोकांकडे आधीपासून हे बाँड्स होते आणि या बाँड्सचा त्या लोकांना इतके दिवस काही उपयोग नव्हता ते बाँड्स चांगल्या किमतीला विकणं या लोकांना शक्य झालं. जॉन लॉच्या कंपनीला लुईझियानाबरोबर सगळे व्यवहार करण्याचे हक्क मिळाले.

स्वत: जॉन लॉ या मिसिसिपी कंपनीचा संचालक होता. त्यानं आपल्या कंपनीसाठी चक्क स्वतंत्र लष्कर आणि नौदल यांची स्थापना केली. उत्तर अमेरिकेमधल्या जवळपास अर्ध्या भागामध्ये जॉन लॉनं आपलं वर्चस्व हळूहळू प्रस्थापित केलं; पण असं असूनही

फार मोठ्या प्रमाणात गुंतवणूकदारांनी जॉन लॉच्या कंपनीचे शेअर्स विकत घेताना फ्रेंच सरकारचे बाँड्स त्याला दिले नाहीत. याची दोन कारणं होती : एकतर जॉन लॉ हा परदेशी माणूस होता आणि दुसरं म्हणजे अशा प्रकारे आपल्या शेअर्सची विक्री करणाऱ्या कंपन्या फ्रान्सला नव्या होत्या. त्यामुळे लवकरच जॉन लॉच्या कंपनीच्या शेअरची किंमत मूळ विक्रीच्या किमतीहून खाली म्हणजेच 'बिलो पार' गेली. तरीही, यामुळे निराश न होता जॉन लॉनं आपल्या कंपनीच्या कामाची व्याप्ती आणखी वाढवत नेली. फ्रेंच सरकारकडून जॉन लॉनं तंबाखूचा व्यवहार करण्याचे तसंच गुलामांची खरेदी-विक्री करायचे सगळे हक्क मिळवले. तसंच फ्रेंच 'ईस्ट इंडिया कंपनी' आणि इतर कंपन्या विकत घेऊन आपल्या कंपनीच्या कारभाराची भौगोलिक सीमा वाढवायची हुशारीही जॉन लॉनं दाखवली. या सगळ्या गोष्टींसाठी आलेला खर्च जॉन लॉनं आपल्या कंपनीचे नवे शेअर्स गुंतवणूकदारांना विकून भागवायचं ठरवलं. पण गुंतवणूकदारांनी तर जॉन लॉच्या कंपनीविषयी फारसा उत्साह दाखवला नव्हता. त्यामुळे जॉन लॉनं आपल्या कंपनीचं भवितव्य अतिशय उज्ज्वल असल्याची खूप जाहिरात केली. तसंच आपल्या कंपनीचे शेअर्स फ्रेंच मध्यवर्ती बँकेला विकत घ्यायलाही जॉन लॉनं भरीला पाडलं. हळूहळू जॉन लॉच्या कंपनीच्या शेअरची किंमत वाढत गेली. जॉन लॉनं यापाठोपाठ प्रचंड मोठ्या झेपा घेतल्या. त्याच्या कंपनीनं चक्क राष्ट्रीय टाकसाळीचे हक्क विकत घेतले. तसंच शेतकऱ्यांकडून करवसुली करण्यासाठीचे वादग्रस्त ठरलेले हक्कही जॉन लॉनं सरकारकडून मिळवले. हे सगळं कमी म्हणून की काय पण जॉन लॉनं आपल्या कंपनीसाठी आणखी सवलती मिळवून या सवलतींच्या मोबदल्यात फ्रेंच सरकारच्या डोक्यावर असलेलं सगळं कर्ज स्वत:च्या डोक्यावर घेतलं! जॉन लॉच्या उद्योगांमुळे पाच महिन्यांपूर्वी ४९० लिव्हर्सना असलेला मिसिसिपी कंपनीचा एक शेअर १७१९च्या ऑक्टोबर महिन्यात थेट ६५०० लिव्हर्सवर गेला!

मिसिसिपी कंपनीच्या शेअरच्या किमतीमध्ये होणारी वाढ ही कंपनीला तिच्या कामकाजात मिळत असलेल्या यशामुळे किंवा तिला होत असलेल्या वाढीव नफ्यामुळे होत नसल्याचं बहुतेक सगळ्यांचं मत झालं होतं. शेअरच्या किमतीच्या या वाढीमागे जॉन लॉचाच हात आहे, याविषयी कुणालाच शंका नव्हती. स्वत: जॉन लॉनं त्याविषयी बोलताना 'माझ्या कंपनीच्या शेअरची किंमत १०,००० लिव्हर्स असावी आणि ती त्या पातळीवर टिकून राहावी म्हणून मी प्रयत्नशील आहे' असं विधान केलं. अर्थात यापाठीमागे आपल्या कंपनीचे शेअर्स विकत घेतलेल्या लोकांना चांगला नफा व्हावा अशा

प्रकारची काळजी जॉन लॉला अजिबातच वाटत नव्हती. जॉन लॉला कमी व्याजदर कायम ठेवून लोकांना सतत कर्ज घ्यायला उद्युक्त करणं आणि त्या कर्जातून अर्थव्यवस्थेची भरभराट करणं अशा प्रकारचं काम अपेक्षित होतं. यामागे मिसिसिपी कंपनीनं आपल्या डोक्यावर घेतलेलं फ्रेंच सरकारचं कर्ज, मिसिसिपी कंपनीनं फ्रेंच सरकारचे बाँड्स आपल्या शेअर्सच्या मोबदल्यात स्वीकारणं या सगळ्यासाठीची गणितं होती. म्हणजेच आपल्या कंपनीच्या शेअरची किंमत कायम एकसारखी ठेवून जॉन लॉला फ्रेंच अर्थव्यवस्थेमध्ये स्थैर्य आणि भरभराट या गोष्टी आणायच्या होत्या.

लवकरच मिसिसिपी कंपनीच्या शेअर्सच्या खरेदी-विक्रीच्या धामधुमीमुळे फ्रेंच अर्थकारणामध्ये मोठा गोंधळच सुरू झाला. चढ्या दरानं लोक हा शेअर खरेदी करायला लागले. जॉन लॉच्या घरापाशी या शेअर्सची विक्री ज्या ठिकाणी व्हायची ती जागा म्हणजे एक अरुंद बोळ होता. तिथे प्रचंड मोठ्या प्रमाणावर लोक जमायला लागल्यामुळे नेहमीच अपघात व्हायला लागले. चेंगराचेंगरी, चोरीमारी, धक्काबुक्की या रोजच्या गोष्टी झाल्या. त्या भागात घरभाडी दरमहा १००० लिव्हर्सवरून वाढून १२,००० ते १६,००० लिव्हर्स इतकी झाली. या भागात एका चांभाराचं छोटंसं खोपटं होतं. त्यानं आपला चांभारकीचा व्यवसाय बंद करून हे खोपटं दिवसाला २०० लिव्हर्स अशा प्रचंड दरानं भाड्यानं देऊन टाकलं! ज्यांच्याकडे मिसिसिपी कंपनीचे शेअर्स आधीपासून होते त्यांनी ते वाढीव दरानं विकायला काढले. त्यामुळे अनेक गरीब लोकांचं आयुष्य तात्पुरतं का होईना, पण बदलून गेलं. अचानक त्यांच्या हातात प्रचंड मोठ्या प्रमाणात पैसे खुळखुळायला लागले. त्यांनी ते भराभर उडवून टाकले. आपल्या कंपनीचे शेअर्स कुणालाही सहजपणे विकत घेता यावेत यासाठी जॉन लॉनं अत्यंत कमी दरानं कर्ज मिळायची सोय करून दिली होती. त्यामुळे शेअर खरेदीच्या एकूण रकमेच्या फक्त १० टक्के हप्ता भरून सगळे शेअर्स विकत घेणं कुणालाही शक्य होत असे. यामुळे सर्वसामान्य लोकांपासून श्रीमंत लोकांपर्यंत सगळे जण हे शेअर्स खरेदी करायच्या मागे लागले. जॉन लॉच्या घोडागाडीच्या चालकानं या आतबट्ट्याच्या व्यवहारात चाणाक्षपणे योग्य वेळेला आपल्याकडचे शेअर्स विकून टाकले आणि त्यातून आलेली भरघोस रक्कम नीटपणे गुंतवून तो चक्क निवृत्तच झाला. यातून काही दंतकथा पसरल्या. त्यामधली एक म्हणजे शेअर्सची खरेदी करण्यासाठी इतकी झुंबड उडायची की पाठीला कुबड आलेल्या एका माणसानं म्हणे काही काळासाठी आपल्या पाठीचं कुबड 'उधार' दिलं होतं. शेअर्सची खरेदी करायला आलेले लोक शेअर्सच्या खरेदीचे व्यवहार करण्यासाठी आवश्यक असलेल्या कागदी नोंदी, सही-शिक्के वगैरे

गोष्टी या माणसाच्या पाठीच्या कुबडाचा टेबल म्हणून वापर करून पूर्ण करायचे. यासाठी तो माणूस एका झाडाच्या बुंध्याला टेकून उभा राहायचा. या कामासाठी चांगलं भाडं आकारून तो माणूस म्हणे श्रीमंत झाला! या काळात ऐषोआरामाच्या वस्तूंच्या मागणीमध्ये प्रचंड वाढ झाली. बहुसंख्य लोकांच्या खिशात लाखो लिव्हर्स खुळखुळायला लागले. अनेक जण अचानकच चैनीचं आयुष्य जगायला लागले.

आपल्या घराजवळ होत असलेल्या या गोंधळाला वैतागून जॉन लॉनं आपलं घर बदललं. आता तो एका मोठ्या आलिशान घरात स्थलांतरित झाला. पण त्यामुळे परिस्थितीत फारसा फरक पडला नाही. या नव्या ठिकाणी आता लोकांची झुंबड उडत असे. त्यांचा आवाज इतका मोठा झाला की एकदा शेजारच्या एका इमारतीत न्यायालयाचं काम सुरू असताना तिथल्या न्यायाधीशानं आपल्याला काहीच ऐकू येत नसल्याची तक्रार करून खटल्याचं कामकाज स्थगित करून टाकलं. जॉन लॉला भेटायला येणाऱ्या लोकांची लांबलचक रांग असे. त्यांच्यापैकी अगदी मोजक्या लोकांना भेटणंच जॉन लॉला शक्य होई. त्यात आपला नंबर लागावा म्हणून लोक जॉन लॉच्या नोकरांना लाच देत. या नोकरांनी नुसतं आपलं नाव तरी पुकारावं यासाठीसुद्धा त्यांना पैसे चारले जात!

१७१९च्या डिसेंबर महिन्यात मिसिसिपी कंपनीच्या शेअरची किंमत जॉन लॉला अपेक्षित असलेला १०,००० लिव्हर्सचा आकडा पार करून गेली! आपल्या उद्योगाची व्याप्ती जॉन लॉनं अजूनच वाढवत नेली. तसंच अर्थकारणाच्या संदर्भात फ्रान्स हा जगातला पहिल्या क्रमांकाचा देश होणार याविषयी आपल्याला आता अजिबातच शंका वाटत नसल्याचंही जॉन लॉनं जाहीर केलं. जॉन लॉची लोकप्रियता इतकी वाढली, की त्याला नुसतं जवळून बघण्यासाठी फ्रेंच स्त्रिया वाटेल ते करायला तयार असायच्या. याचं एक उदाहरण म्हणजे जॉन लॉच्या बंगल्याबाहेर एका श्रीमंत स्त्रीनं आपल्या घोडागाडीच्या चालकाला मुद्दामच जोरात घोडागाडी चालवून ती तिथल्या एका भिंतीवर आदळवायला सांगितलं. यामुळे मोठा आवाज होईल आणि गर्दीच्या गराड्यात वेढला गेलेला जॉन लॉ आपल्याकडे धावत येईल, अशी आशा त्या स्त्रीला वाटत होती! यासाठी या स्त्रीनं तब्बल तीन दिवस प्रयत्न करून जॉन लॉ ज्या वेळी आपल्या घराशेजारच्या बागेत असेल तेव्हाचा मुहूर्त गाठण्यासाठी आपल्या चालकाला हैराण करून सोडलं होतं. त्यामुळे तीन दिवस हा चालक निमूटपणे आपल्या मालकिणीला घोडागाडीतून जॉन लॉच्या घरापाशी उगीचच फिरवत राहिला.

मिसिसिपी कंपनीचे शेअर्स खरेदी केलेल्या एका डॉक्टरचा किस्साही अद्भुतच

आहे. एका स्त्रीला धाप लागत असल्यामुळे हा डॉक्टर तिची नाडी तपासत होता. त्याचं सगळं लक्ष त्या वेळी मिसिसिपी कंपनीच्या शेअरच्या किमतीमध्ये अचानकपणे येत असलेल्या घटीकडेच लागलेलं होतं. त्यामुळे आपल्या स्त्री-रुग्णाची नाडी तपासत असताना तो 'घसरण सुरूच आहे...घसरण सुरूच आहे...' असं पुटपुटत होता. त्यामुळे ती स्त्री घाबरून गेली. आपल्या नाडीचा वेग घसरत चालला असं तिला वाटलं. तेव्हा भानावर येऊन डॉक्टरनं आपण मिसिसिपी कंपनीच्या शेअरच्या किमतीविषयी बोलत असल्याचा खुलासा केला. याच्या उलट प्रसंग शेअरच्या किमतीत वाढ होत असल्याच्या काळात घडायचे. आजारी असल्यामुळे एका माणसानं स्वत: न जाता आपल्या नोकराला पाठवून आपल्याकडचे २५० शेअर्स तेव्हाच्या प्रत्येकी ८,००० लिव्हर्स किमतीला विकण्यासाठी म्हणून पाठवलं. नोकर जॉन लॉच्या घरापाशी येईपर्यंत शेअरची किंमत वाढून थेट १०,००० लिव्हर्सवर गेली होती. नोकरानं त्या किमतीला शेअर्स विकले. याचा मालकाला काही पत्ता नव्हता. साहजिकच प्रति शेअर २,००० लिव्हर्स या हिशेबानं नोकरानं तब्बल ५ लाख लिव्हर्स आपल्या खिशात घातले आणि मालकाची रक्कम मालकाला देऊन तो त्याच दिवशी कायमसाठी परदेशी निघून गेला!

लॉ यानं फ्रान्सच्या अर्थकारणामध्ये आणलेल्या या चैतन्याकडे ब्रिटिश लोक खूप काळजीनं बघत होते. कारण ब्रिटिशांची फ्रेंचांबरोबर बरीच युद्धं सुरू असायची. आता फ्रान्सकडे भरपूर पैसा आला तर आपल्याविरुद्धच्या युद्धांमध्ये ते जास्त यश मिळवू शकतील, असं ब्रिटिशांना वाटायला लागलं. त्याचबरोबर आपल्या शेअरबाजारामधला आणि एकूणच अर्थव्यवस्थेमधला पैसा फ्रान्सच्या शेअरबाजारामध्ये जात राहील, अशी दुसरी भीतीसुद्धा ब्रिटिशांना वाटत होती. पॅरिसमधल्या ब्रिटिश राजदूतानं आपल्या मायदेशी फ्रान्समधल्या आर्थिक प्रगतीविषयी काळजी व्यक्त करणारे अहवाल पाठवायला सुरुवात केली. ब्रिटिशांसाठी जॉन लॉ हा अत्यंत मोठा धोका असल्याचं तसंच तो आपला आर्थिक कणा मोडायच्या प्रयत्नांत असल्याचं अतिशय स्पष्ट मत या राजदूतानं मांडलं. दुसरीकडे जॉन लॉ अर्थातच वारंवार आपण फ्रान्सला जगामधला सगळ्यांत ताकदवान देश बनवण्याविषयीच्या वल्गना करत होता. तसंच ब्रिटिशांचं कंबरडं मोडण्यासाठी ब्रिटिश ईस्ट इंडिया कंपनीचे एक लाख पौंड्स किमतीचे शेअर्स मोठा गाजावाजा करून जॉन लॉनं 'शॉर्ट सेल' या पद्धतीनं विकून टाकले. 'शॉर्ट सेल' याचा अर्थ आपल्याकडे नसलेले शेअर्स विकणं. हे कसं शक्य आहे?

'शॉर्ट सेलिंग' करण्यामागे संबंधित गुंतवणूकदाराचा दृष्टिकोण त्या शेअरची किंमत

वाजवीपेक्षा खूप जास्त असल्याचा असतो. म्हणजेच एखाद्या कंपनीच्या शेअरची किंमत घसरणार असा अंदाज असताना संबंधित गुंतवणूकदार शॉर्ट सेलिंगचा व्यवहार करतो. यासाठी तो गुंतवणूकदार तो शेअर चक्क दुसऱ्याकडून उधार घेऊन विकून टाकतो. हे समजून घेण्यासाठी एक सोपं उदाहरण घेऊ. समजा, एखाद्या कंपनीच्या शेअरचा सध्याचा बाजारभाव १०० रुपये आहे आणि तो खूप जास्त आहे असं एका गुंतवणूकदाराला वाटलं. त्यामुळे या गुंतवणूकदारानं दुसऱ्या माणसाकडून हा शेअर उधार घेतला आणि लगेचच विकून टाकला. काही दिवसांमध्येच अपेक्षेप्रमाणे या शेअरची किंमत घसरून ७५ रुपयांवर आली. आता हा गुंतवणूकदार ७५ रुपयांना तो शेअर विकत घेईल आणि ज्या माणसाकडून पूर्वी तो शेअर उधार घेतला होता त्या माणसाला तो शेअर देऊन टाकेल आणि आपल्या उधारीची परतफेड करेल. म्हणजेच मधल्यामध्ये या गुंतवणूकदारानं २५ रुपयांची कमाई केली. याला 'शॉर्ट सेलिंग' असं म्हणतात. अर्थातच, गुंतवणूकदाराचा अंदाज चुकला, आणि शेअरची किंमत कमी होण्याऐवजी वाढली, तर मात्र त्याला या व्यवहारात नुकसान सोसावं लागेल. आपल्या मूळ प्रसंगाकडे परत वळायचं तर जॉन लॉनं शॉर्ट सेलिंग करायचं प्रमुख कारण म्हणजे ब्रिटिश ईस्ट इंडिया कंपनीच्या शेअरची किंमत घसरणार आहे अशी भीती त्याला इतरांच्या मनात पेरायची होती. त्यामुळे इतर लोकांनीसुद्धा घाबरून या कंपनीचे आपल्याकडे असलेले शेअर्स विकून टाकावेत असा जॉन लॉ याचा डाव होता. तो बऱ्यापैकी यशस्वी झाला.

अशा प्रसंगांमुळे जॉन लॉचं इंग्लंडमधलं महत्त्व वाढत गेलं. जॉन लॉचं अर्थकारण अगदी बरोबर वाटत होतं. त्यामुळे त्याच्या अनेक संकल्पना इंग्लंडमधल्या काही मंडळींनी उचलून धरल्या. जॉन लॉनं वापरलेली युक्ती आपणही अमलात आणायची असं या लोकांनी ठरवलं. त्यासाठी त्यांनी १७११पासून इंग्लंडमध्ये अस्तित्वात असलेल्या 'साऊथ सी कंपनी'चा वापर करायचं ठरवलं. यामागची संकल्पना जॉन लॉच्या संकल्पनेसारखीच होती. या साऊथ सी कंपनीनं ब्रिटिश सरकारच्या डोक्यावर असलेलं सगळं कर्ज आपल्या डोक्यावर घ्यायचं ठरलं. त्याच्या मोबदल्यात स्पॅनिश लोकांच्या ताब्यात असलेल्या काही अमेरिकी प्रांतांबरोबरचे ब्रिटिशांच्या बाजूनं होत असलेले सगळे व्यवहार करायची परवानगी या कंपनीला देण्यात आली. यामागे स्पेनची मध्य आणि दक्षिण अमेरिका इथल्या व्यापारावर असलेली एकाधिकारशाही मोडून काढण्याचाही ब्रिटिशांचा हेतू होता. फ्रान्सच्याच धर्तीवर सर्वसामान्य ब्रिटिश नागरिकांनी आपल्याकडे असलेले ब्रिटिश सरकारचे बॉंड्स साऊथ सी कंपनीला विकायचे आणि त्यांच्या मोबदल्यात या कंपनीचे

शेअर्स घ्यायचे असा व्यवहारही ठरवण्यात आला. मिसिसिपी कंपनीच्या कारभाराच्या तत्त्वांनुसारच या साऊथ सी कंपनीचा कारभारही चालवावा आणि त्यातून ही कंपनी, ब्रिटिश सरकार तसंच सर्वसामान्य लोक या सगळ्यांचीच भरभराट व्हावी, असा यामागचा दृष्टिकोण होता. या व्यवहारामध्ये खूप यश मिळेल आणि त्यातून इंग्लंडची प्रचंड भरभराट होईल, अशी भाकितं मांडण्यात आली. पूर्वी ब्रिटिश ईस्ट इंडिया कंपनीला पोर्तुगीझांच्या सत्तेखाली असलेल्या पूर्वेकडच्या वसाहतींबरोबर व्यापार करून खूप यश मिळालं होतं. तसंच यश आता साऊथ सी कंपनीला स्पेनच्या अमलाखालच्या अमेरिकी वसाहतींच्या व्यापारातून मिळेल, असं बरेच जण म्हणायला लागले. पण काही लोकांना मात्र याविषयी फारशी खातरी वाटत नव्हती. शिवाय, स्पॅनिश सरकारनं आपल्या अमलाखालच्या वसाहतींशी कुठल्याही प्रकारचा व्यापार करण्याच्या संदर्भात परदेशी कंपन्यांवर बंदी घातली होती याकडेही हे लोक संबंधितांचं लक्ष वेधून घेत होते.

यातून झालेल्या सल्लामसलतींनंतर सुरुवातीला स्पॅनिश लोकांनी साऊथ सी कंपनीला फक्त गुलामांच्या व्यापारात सहभागी व्हायची परवानगी दिली. १७१३मध्ये ४८०० कृष्णवर्णीय लोकांना गुलाम म्हणून स्पॅनिश वसाहतींमध्ये पाठवण्यात आलं. यातून फारशी आर्थिक उलाढाल न झाल्यामुळे या कंपनीच्या शेअरची किंमत घसरली. १७१५च्या मे महिन्यात प्रथमच शेअरची किंमत मूळपदावर आली. यामागे साऊथ सी कंपनीनं ब्रिटिश सरकारबरोबर केलेला एक नवा करार हे कारण होतं. पण १७१८मध्ये स्पेन आणि इंग्लंड यांच्यामधल्या युद्धाला नव्यानं तोंड फुटल्यावर साऊथ सी कंपनीला इथून पुढे स्पॅनिश लोकांबरोबर व्यापार करता येणं अशक्यच आहे अशी भावना वाढीला लागली. इंग्लंडच्या सुदैवानं १७१९मध्ये स्पेनच्या पाचव्या फिलिप राजानं आपली भूमिका इंग्लंडबरोबर शांततापूर्ण संबंध प्रस्थापित करण्याची असल्याचं जाहीर केलं. यामुळे आता इंग्लंड आणि स्पेन यांच्यामधला व्यापार नव्यानं सुरू होऊ शकेल अशी आशा निर्माण झाली. त्यामुळे साऊथ सी कंपनीच्या शेअरची किंमत वधारली. फ्रान्समध्ये जॉन लॉनं ज्याप्रमाणे सरकारी उच्चपदस्थांना आपल्या कंपनीचे शेअर्स गैरमार्गानं दिले होते तसेच प्रकार आता साऊथ सी कंपनीनं ब्रिटिश सरकारी अधिकाऱ्यांच्या बाबतीत केले. त्यामुळे साऊथ सी कंपनीच्या शेअरची किंमत वाढावी असं या अधिकाऱ्यांना वाटणं स्वाभाविकच होतं. हे घडण्यासाठी आपल्याकडून होईल ती मदत करायलाही ते अधिकारी तयार होते.

१७२० हे वर्ष आर्थिक बाजारांसाठी अत्यंत विचित्र प्रकारचं ठरलं. याला कारणीभूत असलेल्या मिसिसिपी कंपनी आणि साऊथ सी कंपनी यांच्या संदर्भातला घटनाक्रम मात्र

वेगवेगळा होता. या काळात इंग्लंडमध्ये साऊथ सी कंपनीच्या शेअरचा भाव वधारत चालला होता; पण त्याच वेळी फ्रान्समध्ये जॉन लॉची परिस्थिती मात्र खराब होत चालली होती. याचं कारण म्हणजे प्रचंड मोठ्या प्रमाणात अर्थव्यवस्थेमध्ये पैसा ओतणं तसंच लोकांना अगदी स्वस्तामध्ये भरपूर कर्ज उपलब्ध करून देणं यासारख्या निर्णयांमुळे फ्रान्सच्या अर्थव्यवस्थेमध्ये खूप जास्त पैसा फिरायला लागला. पण त्या मानानं देशाच्या उत्पादनात म्हणावी तशी वाढ झाली नाही. साहजिकच, याचं रूपांतर प्रचंड मोठ्या चलनफुगवट्यामध्ये आणि महागाईमध्ये झालं. त्यामुळे जॉन लॉनं अर्थव्यवस्थेमधल्या पैशांच्या पुरवठ्याच्या प्रमाणावर नियंत्रण आणायचा प्रयत्न केला. याचा परिणाम व्हायचा तोच झाला. काही काळापूर्वी १०,००० लिव्हर्स इतकी किंमत असलेला मिसिसिपी कंपनीचा शेअर ७५०० लिव्हर्सवर घसरला. त्यामुळे सावध होऊन जॉन लॉनं परत एकदा अर्थव्यवस्थेला नियंत्रित करायचे प्रयत्न थांबवले. त्याबरोबर शेअरची किंमत परत वाढून ९४०० लिव्हर्सवर स्थिरावली; पण यातून जॉन लॉला आपल्या अर्थकारणामधला फोलपणा कळला. लोकांकडे खर्चासाठी मुबलक पैसा हवा, व्याजदर स्थिर हवेत, अर्थव्यवस्था तेजीत हवी, आपल्या शेअरची किंमत आहे तशी टिकून राहायला हवी; आणि हे सगळं होत असताना महागाईनंही तोंड वर काढू नये, अशा सगळ्या घटना एकदम होणं शक्य नाही हे जॉन लॉला पुरतं कळून चुकलं. जॉन लॉनं मोठ्या उत्साहानं सुरू केलेल्या मिसिसिपी कंपनीचं कामकाज चालवण्यासाठी मध्य अमेरिकेमध्ये जायची कुणाचीच तयारी नसायची. त्यामुळे शेवटी जबरदस्तीनं फ्रेंच तुरुंगात वेगवेगळ्या आरोपांखाली डांबण्यात आलेले वेश्या, भिकारी, उडाणटप्पू लोक अशा लोकांना बाहेर काढण्यात आलं. त्यांच्यामध्ये जबरदस्तीनं लग्नं लावून देण्यात आली. यानंतर अशा ४०० जोडप्यांना मध्य अमेरिकेमध्ये मिसिसिपी कंपनीमध्ये राबण्यासाठी धाडून देण्यात आलं!

कहर म्हणजे १७२०च्या जानेवारी महिन्यात जॉन लॉची फ्रान्सच्या अर्थकारणाच्या प्रमुखपदी नेमणूक करण्यात आली! लगेचच जॉन लॉनं काही विचित्र नियम अमलात आणले. परदेशी गुंतवणूकदारांनी फ्रान्सच्या बाजारांमध्ये गुंतवलेला पैसा त्यांना आता काढून घेऊन आपल्या देशात परत नेता येणार नाही, असा कायदा जॉन लॉनं तयार केला. पण त्यातून लोकांनी मार्ग शोधलेच. फ्रान्सच्या अर्थव्यवस्थेला लागत असलेली घरघर वाढत गेली. जॉन लॉनं आपल्या मिसिसिपी कंपनीच्या शेअरची १०,००० लिव्हर्स ही स्वत:ला अतिशय प्रिय असलेली किंमत काही काळ कायम ठेवण्यासाठी अतोनात प्रयत्न केले; पण शेवटी ही किंमत घसरून ७८०० लिव्हर्सवर उतरली. या सगळ्या

परिस्थितीमध्ये जॉन लॉनं सोनं आणि चांदी यांच्यापासून बनवलेल्या नाण्यांवर बंदी घातली आणि सगळे व्यवहार कागदी नोटांनीच केले पाहिजेत, असा नियम बनवला. अशा विचित्र निर्णयांबद्दल जॉन लॉ याच्यावर टीकेची झोड उठली. जॉन लॉचं मानसिक संतुलन ढळायला लागलं. जॉन लॉच्या विरोधकांना आनंदाच्या उकळ्या फुटायला लागल्या. जॉन लॉच्या अवस्थेचं वर्णन करणारा एक अहवाल फ्रान्समध्ये असलेल्या ब्रिटिश राजदूतानं मायदेशी पाठवला. त्यात त्यानं 'लॉ याला रात्री अजिबात झोप लागत नाही, त्यामुळे तो नुसता तळमळत राहतो...मधूनच तो वेड्यासारखा पळत सुटतो, पळता-पळता चित्रविचित्र आवाज काढतो, ओरडतो, कधीकधी गाणी म्हणतो...कधीकधी तो अचानक नाचतच सुटतो...कधीकधी तो घाणेरड्या शिव्या देतो, भान न राहून कुठेतरी धडकतो, पडतो...' असं लिहिलं होतं! या परिस्थितीमधून सुटका करून घेण्यासाठी काही चाणाक्ष लोकांनी आधीच आपल्याकडे असलेले मिसिसिपी कंपनीचे शेअर्स विकून टाकले; तसंच जॉन लॉच्या बँकेनं अर्थव्यवस्थेमध्ये आणलेलं कागदी चलन विकून टाकलं. त्याच्या मोबदल्यात त्यांनी सोनं आणि चांदी घेऊन हे मौल्यवान धातू लपवून ठेवले.

खरं म्हणजे जॉन लॉची अवस्था अशी झाल्याचं समजल्यावर इंग्लंडमध्ये साऊथ सी कंपनीच्या संदर्भात लोकांनी योग्य ते धडे घ्यायला हवे होते. पण आश्चर्य म्हणजे असं न होता उलट या कंपनीच्या शेअरची किंमत अजूनच वाढली. यामागचं कारण म्हणजे मिसिसिपी कंपनी ही साऊथ सी कंपनीची प्रतिस्पर्धी आहे आणि आता जॉन लॉ जर दारुण अवस्थेत असेल तर त्याचा फायदा साऊथ सी कंपनीलाच मिळेल असं होतं. १७२०च्या जानेवारी महिन्यात साऊथ सी कंपनीच्या एका शेअरची किंमत १२८ पौंड होती; ती मार्च महिन्यात वाढून ३३० पौंडांवर गेली; त्यानंतर मे महिन्यात ती ५५० पौंड आणि ऑगस्टमध्ये तर चक्क १०५० पौंड इतकी वाढली. या काळात मन:स्थिती ठीक नसलेला जॉन लॉ गप्प नव्हता. त्यानं जाणूनबुजून एप्रिल महिन्यात साऊथ सी कंपनीचे ढीगभर शेअर्स ॲमस्टरडॅमच्या शेअरबाजारात विकत घेतले. मे महिन्यात हे शेअर्स धाडकन विकून टाकायचे आणि बाजारात साऊथ सी कंपनीविषयी प्रचंड खळबळ माजवायची असा जॉन लॉ याचा हेतू होता. पण हे प्रत्यक्षात घडलंच नाही. साऊथ सी कंपनीच्या शेअरची किंमत वाढतच गेली. हळूहळू साऊथ सी कंपनीच्या शेअरच्या किमतीच्या वाढीबरोबरच इतर अनेक कंपन्यांच्या शेअर्सच्या किमतीसुद्धा वाढत गेल्या. शेअरबाजारात मोठा फुगा निर्माण झाला. लंडनमध्ये अचानकपणे अनेक नव्या कंपन्यांची स्थापना झाली. या कंपन्यांनी चढ्या बाजाराचा फायदा घेऊन आपले शेअर्स धडाधड

विकायला काढले. यामुळे १६९५च्या तुलनेत लंडनच्या शेअरबाजारामधल्या सगळ्या कंपन्यांचं एकत्रित मूल्य १७२०मध्ये १०० पटींनी वाढलं.

यामधल्या अनेक कंपन्या अगदी उघडउघड कोसळणार असं दिसत असूनसुद्धा लोकांनी त्यात पैसे ओतले. यातल्या काही कंपन्यांच्या कामाच्या स्वरूपाची कल्पना यावी म्हणून सांगायचं तर एका कंपनीचा व्यवसाय 'माणसाच्या केसां'शी संबंधित होता. दुसरी एक कंपनी टोप्या आणि हॅट्स बनवायची. तिसरी एक कंपनी जर्मनीहून झाडू तयार करण्यासाठी लागणाऱ्या काड्यांची आयात करायची आणि त्यापासून नक्की काय बनवायची हे कुणालाच नीट माहीत नव्हतं. चौथी एक कंपनी शिशापासून चांदी मिळवायचा प्रयत्न करायची. पाचव्या कंपनीनं तर हद्दच केली. तिनं आपली माहिती देणारं एक पत्रक छापलं आणि त्यात आपल्या व्यवसायाचा उल्लेख 'प्रचंड नफा मिळवून देणारा एक उद्योग आम्ही करणार असून त्यासंबंधीची माहिती लवकरच जाहीर केली जाईल' असा केला! या कंपनीनं आपल्याला व्यवसायामध्ये यश मिळवण्यासाठी २५ लाख पौंडांचं भांडवल गोळा करणं आवश्यक आहे असं जाहीर केलं. त्यापैकी साधारण दोन लाख पौंडांचं भांडवल आपल्याला तातडीनं लागणार असल्याचं कंपनीचं म्हणणं होतं. लोकांनी त्या काळातल्या उत्साहाला अनुसरून या कंपनीचे शेअर्स घेतलेसुद्धा. त्याबरोबर दोन लाख पौंड रक्कम गोळा करून ही कंपनी रातोरात गायब झाली. असं असूनही अशा सगळ्या कंपन्यांचे शेअर्स घ्यायला लोक उतावीळ असायचे.

साऊथ सी कंपनीला या कुत्र्याच्या छत्र्यांसारख्या उगवलेल्या या कंपन्या म्हणजे मोठा त्रास वाटायला लागला. कारण लोकांनी आपल्या कंपनीचे शेअर्स विकत घेण्याऐवजी ते आता अशा कंपन्यांचे शेअर्स विकत घ्यायला लागले असल्याचं साऊथ सी कंपनीच्या लक्षात आलं. त्यामुळे सरकारची परवानगी घेतल्याशिवाय अशी कंपनी काढणं बेकायदेशीर असल्याचा 'बबल ॲक्ट' असं नाव असलेला एक कायदा साऊथ सी कंपनीनं सरकारतर्फे संमत करून घेतला. अर्थात, इतरांच्या उद्योगांवर बंदी घातल्यामुळे साऊथ सी कंपनीचा फार फायदा होणं शक्यच नव्हतं. कारण तिचा निर्यातीचा व्यवसाय अजून सुरूच झाला नव्हता. सरकारी बाँड्स विकत घेतल्यामुळे त्या बाँड्सवरचं व्याज हाच साऊथ सी कंपनीच्या उत्पन्नाचा मुख्य मार्ग होता.

१७२०मध्ये साऊथ सी कंपनीनं आणखी एक धाडसी निर्णय घेऊन दीर्घ मुदतीचे ब्रिटिश सरकारी बाँड्स विकत घ्यायचं ठरवलं. यासाठी तिनं आपले जास्तीचे शेअर्स विकायला काढले. तसंच सरकारी बाँड्स आणि साऊथ सी कंपनीचे शेअर्स यांच्यामधलं

प्रमाण मुद्दामच नक्की करण्यात आलं नाही. हा व्यवहार कंपनीच्या शेअर्सच्या व्यवहाराच्या दिवशीच्या भावानुसार करण्यात येईल, असं जाहीर करण्यात आलं. आपल्या शेअर्सचे भाव वाढवत न्यायचे हे कंपनीनं ठरवलंच होतं. त्यामुळे भाव वाढत गेले की जास्त सरकारी बाँड्सच्या मोबदल्यात आपले कमी शेअर्स गुंतवणूकदारांना द्यायचे असा कंपनीचा डाव होता. या प्रकारचे बाँड्स बाहेर बाजारात विकणं अनेक तांत्रिक कारणांमुळे अवघड असे. त्यामुळे गुंतवणूकदारांना हे बाँड्स साऊथ सी कंपनीला विकून त्याच्या मोबदल्यात कंपनीचे शेअर्स विकत घ्यायची कल्पना खूप आवडली. त्यातही एक गोम होतीच. सरकारी अधिकाऱ्यांना अनधिकृतपणे विश्वासात घेऊन हा सगळा व्यवहार होण्याआधीच स्वस्त दरात साऊथ सी कंपनीचे शेअर्स देण्यात आले होते. म्हणजे मग सर्वसामान्य गुंतवणूकदारांनी आपले सरकारी बाँड्स देऊन त्याच्या मोबदल्यात साऊथ सी कंपनीचे शेअर्स जास्त दरानं विकत घेतले की या सरकारी अधिकाऱ्यांचा बसल्या जागी फायदा होणार होता. या सगळ्या उद्योगातून लोकांनी आपल्या बाँड्सच्या बदल्यात साऊथ सी कंपनीचे शेअर्स विकत घेतल्यामुळे शेअरची किंमत वाढली. पण ती वाढ फार नव्हती. त्यामुळे समाधान न झालेल्या कंपनीनं आपल्या व्यवसायाविषयी खोट्या आणि अर्थातच अनुकूल बातम्या छापून आणल्या. तसंच शेअरची किंमत वाढवण्यासाठी कंपनीच्या कर्मचाऱ्यांनीच मुद्दाम मोठ्या प्रमाणावर कंपनीचे शेअर्स खरेदी केले. याचा कंपनीला हवा तसा परिणाम झाला. शेअरची किंमत तुफान वाढली. त्याचे परिणाम इतरत्र दिसायला लागले. लंडनमध्ये जागेच्या किमतींमध्ये प्रचंड वाढ झाली आणि इतर चैनीच्या वस्तूंमधली उलाढालही खूप वाढली.

आता पॅरिसमधली परिस्थिती लंडनमधल्या परिस्थितीच्या एकदम उलट होती. महागाईनं अर्थव्यवस्थेला पुरतं वेढून टाकलं होतं. नोटांना कागदाचा भावही येत नसल्यामुळे नोटांच्या बदल्यात धातूंची नाणी मिळतील असं सरकारनं अधूनमधून जाहीर केलं की हा अदलाबदलीचा व्यवहार करण्यासाठी लोकांची नुसती झुंबड उडत असे. एकदा तर अशा प्रकारचा व्यवहार होणार असल्याचं कळल्यावर तब्बल १५,००० लोकांनी त्यासाठी बँकेत गर्दी केली. त्यातून नुसता गोंधळ उडाला, दंगल झाली आणि त्यात किमान एक डझनभर लोक मरण पावले! यामुळे अजूनच खवळलेला जमाव आता जॉन लॉच्या घराकडे वळला. पण मोठ्या चलाखीनं जॉन लॉ तिथून आधीच निसटला होता. जॉन लॉच्या घराबाहेर अतिशय जाडसर अशी लोखंडाची दारं होती. ती तोडता न आल्यामुळे जमावानं जॉन लॉची बाहेर असलेली घोडागाडी उद्ध्वस्त करून टाकली.

या अवघड प्रसंगातून वाचलेल्या जॉन लॉनं परिस्थिती सुधारण्यासाठी चलनपुरवठ्याचं प्रमाण घटवायचं ठरवलं. त्यासाठी त्यानं अर्थव्यवस्थेमध्ये खेळत असलेल्या नोटांचं प्रमाण कमी केलं. तसंच स्वत:च्या नावावर असलेले मिसिसिपी कंपनीचे शेअर्स त्यानं जाहीरपणे जाळून टाकले. पण या सगळ्या उपायांमुळे परिस्थिती अजूनच हाताबाहेर गेली. लोकांच्या मनात आपल्याविरुद्ध मोठ्या प्रमाणात असलेल्या असंतोषामुळे राजा आपला वध करायची आज्ञा देईल अशी भीती जॉन लॉला वाटायला लागली. या सगळ्यामध्ये फ्रान्समधल्याच नव्हे, तर इतर ठिकाणच्या गुंतवणूकदारांचं अतोनात नुकसान झालं. फ्रान्सच्या लिव्हर चलनाची तर पुरतीच वाट लागली. १७२०च्या मे महिन्यात एका ब्रिटिश पौंडाच्या मोबदल्यात ३९ लिव्हर्स असा दर होता; तो सप्टेंबर महिन्यात ९२ लिव्हर्सवर जाऊन पोहोचला! यानंतर तर कुणीही फ्रेंच चलन घ्यायलाच तयार नव्हतं. या परिस्थितीला रिचर्ड कँटिलॉन नावाच्या धूर्त गुंतवणूकदारानंही हातभार लावला. कारण त्यानं आता मिसिसिपी कंपनीचे शेअर्स आणि फ्रान्सचे लिव्हर्स या दोघांचं प्रचंड मोठ्या प्रमाणावर शॉर्ट सेलिंग केलं. त्यामुळे मिसिसिपी कंपनी तसंच लिव्हर हे चलन या दोन्हींच्या मागणीमध्ये खूपच घट झाली आणि त्याविषयीचा लोकांच्या मनातला विश्वास पार उडाला. संदर्भ सोडून सांगायचं तर, अलीकडच्या काळात अशा प्रकारे कुठल्याही चलनाच्या व्यवहारामध्ये शॉर्ट सेलिंग करून खूप मोठा फायदा कमावण्याच्या बाबतीत जॉर्ज सोरॉस या अमेरिकी गुंतवणूकदाराचं नाव घेतलं जातं. अर्थातच या सगळ्या प्रकारामुळे जॉन लॉ अजूनच वैतागला.

अर्थातच, जॉन लॉच्या दारुण अवस्थेचे परिणाम लंडनच्या शेअरबाजारात उमटणं स्वाभाविकच होतं. कारण लंडनमधल्या काही गुंतवणूकदारांनी फ्रान्समध्ये केलेल्या गुंतवणुकीचे तीनतेरा वाजले होते. साहजिकच आता हे नुकसान भरून काढण्यासाठी या गुंतवणूकदारांनी लंडनमध्ये आपल्या गुंतवणुकीच्या विक्रीचा मारा सुरू केला. यामुळे लंडनमध्ये घबराट निर्माण झाली. १७२०च्या सप्टेंबर महिन्यात साऊथ सी कंपनीच्या शेअरची किंमत ७०० पौंडांवरून २०० पौंडांवर घसरली आणि डिसेंबर महिन्यात ती १२४ पौंडांवर आली. साऊथ सी कंपनीच्या शेअरच्या किमतीमध्ये होत असलेली घसरगुंडी थांबवण्यासाठी कंपनीच्या अधिकाऱ्यांनी प्रयत्न करून बघितले. कंपनी या वर्षी ३० टक्के डिव्हिडंड देईल, तर पुढची काही वर्षं ५० टक्के डिव्हिडंड देईल, असं त्यांनी जाहीर केलं खरं; पण ही घोषणा कंपनीच्या दृष्टीनं उलट जास्तच वाईट ठरली. कारण खूप जास्त रक्कम मोजून खरेदी केलेल्या शेअरवर ३० टक्के डिव्हिडंड म्हणजे काहीच

परतावा नाही, असं गुंतवणूकदारांचं मत झालं. त्यामुळे शेअरच्या विक्रीचा मारा वाढला. शिवाय, हा ३० टक्के डिव्हिडंड द्यायचा म्हणजेसुद्धा कंपनीला दर वर्षी तब्बल १.५० कोटी पौंडांचं उत्पन्न मिळवणं गरजेचं होतं. ते मिळवायचे दोनच मार्ग होते. त्या उपायांपैकी स्पेनबरोबरचा आपला व्यापार वाढवणं हा उपाय शक्य नसल्यामुळे नव्या गुंतवणूकदारांना आणखी महाग किमतीनं शेअर्स विकायचा प्रयत्न करणं हा एकमेव मार्ग कंपनीसमोर शिल्लक राहिला. त्यातच शेअरची खरी किंमत किती, यावरून उलटसुलट मतं व्यक्त व्हायला लागली. त्या काळातल्या प्रथेनुसार साऊथ सी कंपनीच्या शेअरधारकांची बैठक अधूनमधून बोलावण्यात यायची. अशीच एक बैठक ८ सप्टेंबरला बोलावण्यात आली. खूप महाग किमतीला घेतलेले कंपनीचे शेअर्स कोसळल्यामुळे गुंतवणूकदार भडकले होते. परिणामी बैठकीत प्रचंड गोंधळ माजणार याची संचालकांना आधीपासूनच कल्पना होती. त्यामुळे त्यांनी प्रत्यक्ष बैठक दुपारी सुरू होणार असताना सकाळी ९ पासूनच आपल्या समर्थकांनी बैठकीचं सभागृह खचाखच भरून टाकलं. तरीही थोडाफार गोंधळ झालाच. कंपनीच्या अधिकाऱ्यांना धमकावलं गेलं. एका अधिकाऱ्याला तर भडकलेल्या गुंतवणूकदारानं रस्त्यातच गोळी घातली.

या दरम्यान फ्रान्समधली परिस्थिती अजूनच चिघळली होती. १७२०च्या डिसेंबर महिन्यात जॉन लॉनं परिस्थितीचा अंदाज घेऊन तिथून आपलं चंबुगबाळं आवरलं आणि तिथून पळ काढला. पुढची ९ वर्षं जॉन लॉ युरोपमध्ये भटकत राहिला, परत जुगार खेळण्याकडे वळला आणि दरिद्री अवस्थेत मरण पावला! फ्रान्सच्या मध्यवर्ती बँकेचे आणि शेअरबाजाराचे पुरते तीनतेरा वाजले. घडलेल्या प्रकाराचा अधिकृत तपास सुरू झाला. किमान ५ लाख लोकांनी या व्यवहारामध्ये आपलं खूप नुकसान झालं असल्याचा दावा केला. तपासाच्या शेवटी अनेक दलालांना मिळून एकत्रितरीत्या २० कोटी लिव्हर्स इतका दंड करण्यात आला. मिसिसिपी कंपनीच्या शेअरची किंमत तर रद्दीतल्या वर्तमानपत्रांसारखी झाली होती. शेवटी बाजारात असलेल्या १.३५ लाख शेअर्सपैकी फक्त ४६ हजारच शिल्लक राहिले. परदेशामधले व्यवहार करायची परवानगी सोडून कंपनीकडे असलेले इतर सगळे हक्क काढून घेण्यात आले. कंपनी अठराव्या शतकाच्या अखेरपर्यंत टिकली; पण आता तिच्यामध्ये खास काही उरलं नव्हतं.

इंग्लंडमध्ये दारुण परिस्थितीतून डोकं वर काढण्यासाठी साऊथ सी कंपनीवर तिथल्या 'बँक ऑफ इंग्लंड' या मध्यवर्ती बँकेकडून कर्ज घ्यायची वेळ आली. पण दुर्दैवानं, आधी इतर बँकांना दिलेल्या कर्जांची नीट परतफेड होऊ न शकल्यानं स्वत: बँक ऑफ इंग्लंडच

अडचणीत होती. म्हणजेच सगळी अर्थव्यवस्थाच अडचणीत होती. बँकेनं आपण इतरांना दिलेलं कर्ज लगेच फेडावं म्हणून संबंधितांकडे तगादा सुरू केला. त्याबरोबर अर्थव्यवस्थेमध्ये आधीच असलेलं भीतीचं वातावरण अजूनच गंभीर झालं आणि एकच खळबळ माजली. आर्थिक व्यवहार पुरते थंडावले. लोकांचा पौंड या चलनावरचा विश्वास उडाला. एका अंदाजानुसार, अर्थव्यवस्थेमधल्या दोन-तृतीयांश नोटा आणि शेअर्स हे सगळं गायब झालं. साहजिकच मुख्य अर्थव्यवस्थेच्या ताकदीवर अवलंबून असलेले इतर अनेक व्यवसाय घसरणीला लागले. शेअरबाजारामध्ये पैसे गुंतवलेले नसूनसुद्धा कित्येक सर्वसामान्य लोकांना कामच मिळेना. घरांच्या आणि जमिनीच्या किमती मोठ्या प्रमाणात घसरल्या.

इतिहासामध्ये मिसिसिपी कंपनी आणि साऊथ सी कंपनी या दोन्ही कंपन्यांच्या १७२०च्या प्रचंड मोठ्या घसरणीची खूप वर्णनं सापडतात. बहुतेक जणांनी या घटनांमागे गुंतवणूकदारांची पराकोटीची हाव कारणीभूत असल्याचं म्हटलं आहे. पुढे काय घडायची शक्यता आहे हे आपल्याला नजरेसमोर दिसत असूनसुद्धा नफा कमवायची न संपणारी महत्त्वाकांक्षा 'कॉमन सेन्स'वर मात करते आणि त्यामुळे असं घडतं, असं या घटनाक्रमाविषयी लिहिल्याचं आपल्याला आढळतं. पण काही जणांच्या अभ्यासानुसार मात्र फक्त हावेपोटीच हे घडलं नव्हतं. गुंतवणूकदारांनी योग्य तेच निर्णय घेतले होते; पण या दोन कंपन्यांच्या अधिकाऱ्यांनी सरकारी अधिकाऱ्यांवर केलेली कृपा तसंच एकूणच सरकारनं या काळात घेतलेले निर्णय या कंपन्यांच्या घसरणीला कारणीभूत होते, असा अजब निष्कर्ष त्यांनी काढला आहे.

या घटनांचे पडसाद युरोपमध्ये इतरत्रही पसरले. ॲमस्टरडॅमचं शेअरमार्केट कोसळलं. तिथले लोक प्रचंड भडकले आणि साऊथ सी कंपनीमुळेच हे घडलं आहे असं म्हणत त्यांनी एका ब्रिटिश माणसानं तिथे उभं केलेलं 'कॉफी हाऊस' जाळून टाकलं. ब्रिटिश सरकारलाही साऊथ सी कंपनीच्या घोटाळ्याविषयी काहीतरी करणं भाग होतं. त्यामुळे या कामासाठी एक चौकशी समिती नेमण्यात आली. त्यातून मिळालेल्या निष्कर्षांच्या आधारे काही लोकांना जबरी शिक्षा आणि दंड अशा शिक्षा ठोठावण्यात आल्या. शेअरबाजारावर नियंत्रण आणण्यासाठी काही कायदे करण्यात आले. त्यामुळे १७३४मध्ये 'ऑप्शन्स', 'फ्यूचर्स' आणि 'शॉर्ट सेलिंग' या प्रकारच्या व्यवहारांवर बंदी घालण्यात आली. अर्थात, धूर्त लोकांनी नेहमीप्रमाणे त्यातून पळवाटा शोधल्याच. साऊथ सी कंपनीचं अस्तित्व आणखी एक शतकभर टिकलं; पण तिच्याकडून बहुतेक सगळे अधिकार काढून घेण्यात

आले होते. फक्त सरकारी कर्जाच्या परतफेडीसंबंधीचं काम ती बघायची. १८५४मध्ये कंपनीच्या भांडवलाचं रूपांतर सरकारी बाँड्समध्ये करून कंपनीचं नामोनिशान पूर्णपणे मिटवण्यात आलं.

पुस्तकविक्रेता आणि नाट्यनिर्माता विल्यम रुफस चेटवुड यानं साऊथ सी प्रकरणाविषयी अनेक विनोदी नाटकं (farces) लिहिली. त्यामधल्या Exchange Alley नावाच्या एका नाटकात शेअर्सच्या व्यवहारांमध्ये बुडालेला मिसिसिपी नावाचा एक व्यापारी मुख्य पात्राची भूमिका निभावतो. त्याचे साथीदार बाईट, चीटऑल आणि बबल अशा विनोदी नावांचे असतात.

एकूणच फ्रान्सच्या तुलनेत लंडनमध्ये परिस्थिती लवकर निवळली, आणि लंडनच्या शेअरबाजारामध्ये काही काळानं परत एकदा तेजीला सुरुवात झाली. फ्रान्समध्ये मात्र १७२२मध्ये मिसिसिपी कंपनीची एकूण एक कागदपत्रं गोळा करून जाहीररीत्या जाळण्यात आली. एका इतिहासकारानं 'यानंतर फ्रान्समध्ये बँक हा शब्द उच्चारतानाही पुढची दीडशे वर्षं लोक किमान दोनदा तरी विचार करायचे' असं तिथल्या परिस्थितीचं वर्णन करताना लिहून ठेवलं आहे! शेअरबाजार आणि इतर आर्थिक व्यवहार धोकादायक असतात आणि त्यांच्यावर प्रचंड मोठं नियंत्रण असलंच पाहिजे, असा विचार पुढची अनेक दशकं टिकून राहिला. इंग्लंडमध्ये मात्र अठराव्या शतकाच्या उत्तरार्धात सुरू झालेल्या औद्योगिक क्रांतीमुळे परिस्थिती निवळत गेली. कारण या औद्योगिक क्रांतीची वाढ करायची तर त्यासाठी आर्थिक व्यवहार सुरळीत होणं महत्त्वाचं होतं. त्यातच १७७६मध्ये ॲडम स्मिथनं लिहिलेलं *द वेल्थ ऑफ नेशन्स* हे आजही चर्चेत असलेलं पुस्तक लिहिलं आणि त्यातून अर्थव्यवस्थेवर कुणीच नियंत्रण ठेवायचा प्रयत्न करू नये, असा विचार पुढे आला. बाजारानं स्वतःच आपली दिशा ठरवायची असते, असं स्मिथनं म्हटलं होतं. गुंतवणूकदारांनी हे मत उचलून धरलं. सरकारनं उद्योग आणि बाजार यांच्या मध्ये न येता अदृश्यपणे फक्त गरज पडेल तिथे मदत करावी आणि बाजूला व्हावं, असं स्मिथचं म्हणणं होतं. मागणी आणि पुरवठा या बाजाराच्या मूलभूत तत्त्वांनुसार सगळे व्यवहार सुरळीत चालतील, असा या संकल्पनेचा पाया होता. अर्थातच आजही याविषयी परस्परविरोधी मतं असलेल्या लोकांचे वादविवाद सुरूच असतात!

पॉन्झी स्कीम

वॉल स्ट्रीटवर गोंधळ घालणारा आणि प्रचंड मोठा घोटाळा करणारा पहिला माणूस म्हणून

आपण चार्ल्स पॉन्झीचं नाव घेऊ शकत नसलो, तरी असली कामं करण्यात सगळ्यांत यशस्वी ठरलेला घोटाळेबाज माणूस म्हणून आपण पॉन्झीचा उल्लेख नक्कीच करू शकतो. फसवणुकीच्या बाबतीत त्यानं सगळ्यांना मागे टाकणारा असा काही कारनामा करून दाखवला, की तेव्हापासून कुणीही केलेल्या आर्थिक घोटाळ्यांना लोक सररास 'पॉन्झी स्कीम' म्हणायला लागले! झटपट श्रीमंत होण्याचं स्वप्न दाखवून लोकांना टोप्या घालणारे अनेक बिलंदर असतात. या सगळ्यांवर कळस साधणारा म्हणून आपण पॉन्झीकडे बघू शकतो. इटलीमध्ये जन्मलेल्या पॉन्झीचं आयुष्य अत्यंत विचित्र होतं. त्याला कधी नीटपणे शिकायला मिळालंच नाही. त्यानं कामगार, कारकून, फळविक्रेता, तस्कर आणि वेटर अशी अनेक कामं केली. आपल्या वयाच्या बेचाळिसाव्या वर्षी पॉन्झीनं अर्थक्षेत्रात घुसायचं ठरवलं. जेमतेम पाच फूट उंची लाभलेला पॉन्झी दिसायला चांगला होता. त्याची अंगकाठी एकदम बारीक होती. त्याचा आत्मविश्वास वाखाणण्याजोगा होता. तसंच त्याला चांगली विनोदबुद्धी लाभली होती. तिचा तो अर्थातच चांगला वापर करून घेई. सगळ्यात महत्त्वाचं म्हणजे समोरच्या माणसाला जिंकून घेण्यासारखी मिठास वाणी असल्यामुळे कुणालाही विश्वासात घेणं त्याला सहजपणे जमे.

प्रचंड मोठा घोटाळा करणारा चार्ल्स पॉन्झी

फसवणुकीचा आपला उद्योग पॉन्झीनं १९२०च्या सुरुवातीला १५० डॉलर्स खर्चून सुरू केला. आपण 'ओल्ड कॉलनी फॉरिन एक्स्चेंज कंपनी' नावाची कंपनी उघडली असल्याचं त्यानं जाहीर केलं. ही कंपनी आपल्याकडे पैसे गुंतवणाऱ्या लोकांना ४५ दिवसांच्या काळात ५० टक्के व्याज देणार आणि ९० दिवसांनी मूळ मुद्दल दामदुप्पट करणार म्हणजे १०० टक्के व्याज देणार, असं आमिष त्यानं दाखवलं. पॉन्झीनं हा प्रकार अगदी योग्य काळात केला. कारण या काळात अमेरिकेमध्ये सगळीकडे तेजीचे वारे होते. बहुतेक सगळ्या लोकांकडे गुंतवण्यासाठी जास्त पैसे शिल्लक होते. इतक्या कमी वेळात आपल्याकडचे पैसे दुप्पट होणार असतील तर चांगलंच आहे, असा विचार त्यामधल्या अनेक जणांनी केला. पॉन्झीनं आपल्या उत्कृष्ट संभाषणकलेच्या जोरावर तसंच आपल्यामधला विक्रेता कायम जागा ठेवत या गुंतवणूकदारांना सहजपणे भुरळ पाडली.

आपण आपल्याकडे पैसे गुंतवणाऱ्या लोकांना इतका मोठा परतावा कसा काय देऊ शकतो, याचं उत्तर पॉन्झीकडे तयार होतं. कारण आपल्याकडे गुंतवणूक करणारे लोक अनेक शंकाकुशंका काढणार याची त्याला कल्पना होती. यासाठी आपण 'इंटरनॅशनल पोस्टल युनियन' छापत असलेल्या कूपन्सची परदेशांमध्ये खरेदी करणार असल्याचं पॉन्झीनं जाहीर केलं. असं कूपन परदेशी पत्र पाठवण्यासाठी चिकटवावं लागे. अशी कूपन्स मोठ्या संख्येनं विकत घ्यायची आणि परकीय चलनांच्या व्यवहारांमधल्या चढउतारांचा फायदा उठवून ही कूपन्स दुसऱ्या एखाद्या देशामध्ये खूप महाग दरानं विकून टाकायची असा पॉन्झीचा बेत होता. साहजिकच परकीय चलनांच्या व्यवहारामध्ये स्वस्तात ही कूपन्स खरेदी करायची आणि नफेखोरी करून ती विकायची असं त्याचं या व्यवहारामागचं सोपं सूत्र असणार होतं. शेअर दलालांपासून ते आपल्या नवऱ्याच्या निवृत्तिवेतनावर आयुष्य काढणाऱ्या विधवांपर्यंत सगळ्या प्रकारच्या लोकांनी पॉन्झीच्या योजनेमध्ये मोठ्या प्रमाणात पैसे गुंतवले. सुरुवातीला ही रक्कम फारशी नसायची. नंतर वर्तमानपत्रांनीसुद्धा पॉन्झीच्या योजनेला भरपूर प्रसिद्धी द्यायला सुरुवात केल्यावर या रकमेत प्रचंड वाढ होत गेली. आधी आपल्या बॉस्टनमधल्या कार्यालयातल्या कपाटाच्या खणांमध्ये पॉन्झी हे पैसे साठवत असे. पण लवकरच त्याच्याकडे जमा होत असलेल्या रकमेचा आकडा दर आठवड्याला १० लाख डॉलर्सच्या घरात पोहोचायला लागल्यामुळे हे खण अपुरे पडायला लागले. त्यामुळे पॉन्झीनं वापरून फेकून दिलेले कागद साठवण्यासाठी म्हणून विकत घेतलेल्या कचऱ्याच्या डब्यांमध्ये हे पैसे साठवायला सुरुवात केली. काही काळातच हेही पुरेनासं झाल्यावर पॉन्झीनं आपल्या कार्यालयात डॉलर्सच्या नोटांच्या थप्प्या रचायला सुरुवात

केली. या नोटांचा थर लोकांच्या पायाच्या नडगीच्या उंचीच्या वर जाऊन पोहोचला! पॉन्झीकडे जमा होत असलेले पैसे आटायची चिन्हं अजिबातच दिसत नव्हती. आपली भुक्कड योजना यशस्वी करण्यासाठी पॉन्झीला अशाच प्रकारच्या रकमेची गरज होती. कारण सातत्यानं आपल्याकडे नव्या गुंतवणूकदारांचे पैसे जमा होत राहिले, तरच आपण आपल्याकडे आधी पैसे गुंतवलेल्या गुंतवणूकदारांचं व्याज चुकतं करू शकू, याची त्याला पुरेपूर कल्पना होती. एखाद्या मनोऱ्यासारखी म्हणजेच 'पिरॅमिड'सारखी ही गुंतवणूक योजना होती. या मनोऱ्याच्या वरच्या बाजूला नव्या गुंतवणूकदारांच्या पैशांची भर पडत गेली तरच मनोऱ्याच्या तळाशी असलेल्या गुंतवणूकदारांना आपण व्याज देऊ शकतो हे पॉन्झीला माहीत होतं. यानंतरच्याही सगळ्या फसव्या 'पिरॅमिड स्कीम्स'ची संकल्पना याच गृहीतकावर आधारलेली आहे. जोपर्यंत नवे पैसे येत होते तोपर्यंत आधीच्या, त्यानंतर त्यानंतरच्या असं करत-करत सगळ्या गुंतवणूकदारांना पॉन्झी व्याज देत राहिला. जर नव्यानं गुंतवणूक होणं थांबलं तर या मनोऱ्यावर नवे मजले चढणं थांबणार आणि त्यामुळे आधीच्या गुंतवणूकदारांना व्याज देणं अशक्य होणार, हे पॉन्झीला माहीत होतं.

आपली गुंतवणूक योजना चांगलीच यशस्वी ठरत असल्याचं पाहून पॉन्झीनं आपल्या कंपनीच्या अनेक शाखा उघडायचं ठरवलं; तसंच या योजनेचे व्यवहार सांभाळण्यासाठी बँका आणि दलाल कंपन्यांना तिच्यामध्ये सहभागी करून घ्यायचे मनसुबेही त्यानं रचले. 'हॅनोव्हर ट्रस्ट कंपनी' या कंपनीची मालकी आपल्याकडे येईल इतके शेअर्स विकत घेऊन त्यानं तिचं अध्यक्षपद स्वत:च्या ताब्यात घेतलं. त्यानंतर एक आलिशान घर घेऊन नोकरचाकरांना नेमून तो अगदी आरामात राहायला लागला. कहर म्हणजे पॉन्झी आधीं ज्या कंपनीत नोकरी करायचा ती कंपनीसुद्धा त्यानं विकत घेतली आणि आपल्या आधीच्या साहेबालाच नोकरीवरून काढून टाकलं. पैसे खर्चून टाकण्याच्या बाबतीत पॉन्झी कुठलाही विचार करत नसे. पैसे गुंतवण्याच्या बाबतीत मात्र आनंदीआनंदच होता. त्यामुळे त्यानं गुंतवणूकदारांकडून गोळा केलेल्या पैशांना अनेक वाटा फुटल्या होत्या. इंग्लिश भाषेतला Robbing Peter to pay Paul हा वाक्प्रचार तो अगदी शब्दश: खरा करून दाखवत होता. गुंतवणूकदारांना पॉन्झीनं पुरतं वेडं करून सोडलं. अनेक जण त्याला इटलीमधला सगळ्यांत महान माणूस म्हणायचे.

बॉस्टनमधल्या न्यायालयाला आणि *बॉस्टन पोस्ट* नावाच्या वर्तमानपत्राला मात्र पॉन्झीच्या या योजनेविषयी खूप शंका वाटत होत्या. पॉन्झीची योजना म्हणजे लोकांची शुद्ध फसवणूक आहे असा दाट संशय आल्यामुळे त्यांनी याची पाळंमुळं खणून

काढण्यासाठी तपास चालू केला. यातून १९१९मध्ये फक्त ५६,००० डॉलर्स किमतीची तर १९२०मध्ये फक्त ७५,००० डॉलर्स किमतीची कूपन्स छापण्यात आली असल्याचं उघडकीला आलं. प्रत्यक्षात पॉन्झीनं लोकांकडून कित्येक लाख डॉलर्स गोळा केले होते. साहजिकच, सगळीच्या सगळी कूपन्स पॉन्झीनं काहीही करून मिळवली, तरी तो आपल्याकडे जमा झालेले एवढे पैसे कुठे गुंतवणार, हा महत्त्वाचा प्रश्न सोडवणं भाग होतं. काही जणांना याची चाहूल लागूनसुद्धा त्यांनी पॉन्झीच्या गैरप्रकाराकडे दुर्लक्ष केलं. त्यानंतर *बॉस्टन पोस्ट*नं केलेल्या संशोधनात १३ वर्षांपूर्वीच्या मॉंट्रियालमधल्या एका पैशांच्या अफरातफरीच्या प्रकरणात पॉन्झी सहभागी असल्याचं आढळून आलं.

हळूहळू पॉन्झीविषयी उलटसुलट बातम्या छापल्या जायला लागल्या. लोकांमध्ये त्याच्याविषयी अविश्वासाचं वातावरण वाढत गेलं. साहजिकच, यामुळे मोठी खळबळ माजू शकते आणि गुंतवणूकदार आपल्याकडे ठेवलेले पैसे परत मागण्यासाठी मोठ्या संख्येनं येऊ शकतात, याची पॉन्झीला चांगलीच कल्पना होती. त्यामुळे पॉन्झीनं आपल्या गुंतवणुकीविषयीचा प्रचार वाढवला. त्यानं आपल्यावर करण्यात येणारे सगळे आरोप तर साफ फेटाळून लावलेच; पण त्याशिवाय आपल्याकडे केल्या जात असलेल्या गुंतवणुकीचे व्याजदर सरळ दुप्पट करून टाकले! १९२०च्या ऑगस्ट महिन्याच्या सुमाराला पॉन्झी आपल्या गुंतवणूकदारांना नियमितपणे व्याज देत असला तरी तो आता कफल्लक झाला असल्याचं मत *बॉस्टन पोस्ट*नं व्यक्त केलं. यानंतर दोनच आठवड्यांनी पॉन्झीविषयीचं सत्य बाहेर आलं. पॉन्झीच्या कंपनीकडे कुठलीच मालमत्ता नसल्याचं आणि तिला एकूण २० लाख डॉलर्सचं देणं असल्याचं जाहीर करण्यात आलं. पॉन्झीच्या खात्यातून फक्त दोन लाख डॉलर्स जप्त करण्यात आले.

पॉन्झीनं इतक्या पैशांचं नक्की केलं तरी काय, असा प्रश्न आपल्याला पडणं स्वाभाविकच आहे. पॉन्झीची जीवनशैली अत्यंत खर्चीक होती हे खरं असलं तरी इतक्या मोठ्या प्रमाणावर पैशांची उधळपट्टी करण्याइतकीसुद्धा ती भयानक नव्हती. तसंच त्यानं गुप्तपणे संपत्ती साठवून ठेवल्याचे पुरावेसुद्धा कुठे सापडले नाहीत. पॉन्झीनं गोळा केलेल्या पैशांपैकी मोठा हिस्सा सुरुवातीच्या गुंतवणूकदारांचं व्याज अदा करण्यासाठी वापरला असावा. या गुंतवणूकदारांचा पॉन्झीच्या योजनेमुळे चांगला फायदा झाला. नंतरच्या गुंतवणूकदारांना मात्र यातून जोरदार फटका सहन करावा लागला. अशा प्रकारच्या गुंतवणुकीच्या मनोऱ्यामध्ये नेहमी असंच घडतं. आपली गुंतवणूक योजना इतक्या लवकर बंद पडेल किंवा मुळात ती बंद पडू शकेल याची पॉन्झीला कल्पना नसावी असंही मानलं

जातं. नव्या गुंतवणूकदारांकडून येत असलेल्या पैशांचा वापर जुन्या गुंतवणूकदारांचं व्याज अदा करण्यासाठी आपण कायमस्वरूपी करू शकू, अशा भ्रमात कदाचित तो असावा.

पॉन्झीवर भरण्यात आलेल्या खटल्यामध्ये त्याच्यावर ठेवण्यात आलेले आरोप त्यानं मान्य केले. तो धूर्त तर होताच; पण त्याचा हेतूसुद्धा नि:संशयपणे लोकांची फसवणूक करण्याचा होता. फक्त आपली पोल खूप लवकर खोलली जाईल याचा त्याला अंदाज आला नसावा. खटल्याची सुनावणी सुरू असताना पॉन्झीला काही काळ जामिनावर सोडण्यात आलं. त्या वेळी पॉन्झीनं फ्लॉरिडा राज्यात आणखी एक छोटी फसवणूक केली आणि त्यातूनही पैसे कमावले. नंतरच्या काळात त्याच्यावरचा खटला पूर्णत्वाला गेल्यावर पॉन्झीची बारा वर्षांसाठी तुरुंगात रवानगी झाली. १९३४मध्ये तुरुंगवास भोगून झाल्यावर पॉन्झीला इटलीमध्ये हाकलून देण्यात आलं. अमेरिकेमधल्या आपल्या ओळखींचा वापर करून घेण्यासाठी तिथेही, आपण हॉटेलचा किंवा पर्यटनाचा व्यवसाय सुरू करणार असल्याचं, त्यानं जाहीर केलं. प्रत्यक्षात यापैकी कुठलाच पर्याय त्यानं अमलात आणला नाही. त्या काळात इटलीमध्ये जोर धरत असलेल्या फॅसिस्ट विचारसरणीला अनुसरून त्यानं आपला प्रभाव पाडत इटालियन सरकारमध्ये साटंलोटं निर्माण केलं. रिओ-द-जानेरियोमधल्या एका विमान कंपनीच्या 'बिझिनेस मॅनेजर' पदावर त्याची नेमणूक करण्यात आली. यात काही अडचणी आल्या; आणि शेवटी शिक्षक म्हणून कमी वेतनाच्या एका नोकरीवरच त्याला समाधान मानावं लागलं. १९४९मध्ये थोडं अंधत्व आणि मेंदूमध्ये आलेली गाठ अशा अवस्थेमध्ये पॉन्झीचं तिथेच निधन झालं. शेवटच्या काळात अर्धांगवायूच्या झटक्यामुळे तो अपंगच झाला होता. त्याची आर्थिक अवस्था इतकी खराब झाली होती, की त्याच्याकडे शेवटी फक्त ७५ डॉलर्स शिल्लक होते आणि एका रुग्णोपयोगी इस्पितळात त्याचा मृत्यू झाला.

गुंतवणूकदारांना प्रलोभन दाखवून कल्पनांचे मनोरे रचणाऱ्या फसव्यांची सुरुवात मोठ्या प्रमाणावर पॉन्झीपासूनच झाली हे नक्की!

■

संदर्भ सूची

क्रमांक	पुस्तक / वेबसाईटची लिंक	लेखक	प्रकाशक / वेबसाईट
1	Blockchain	Amin Nagpure	--
2	Blockchain and FinTech: A Comprehensive Blueprint to Understanding BlockChain and Financial Technology	Richard Hayen	--
3	Digital Gold: Bitcoin and the Inside Story of the Misfits and Millionaires Trying to Reinvent Money	Nathaniel Popper	HarperCollins
4	The Age of Crypto Currency	Paul Vigna and Michael J Casey	Picador
5	https://news.bitcoin.com/reserve-bank-of-india-predicting-the-future-of-bitcoin/	Kevin Helmes	Bitcoin.com

लेखक परिचय

श्री. अतुल कहाते
बीएससी (स्टॅटिस्टिक्स), एमबीए

- माहिती तंत्रज्ञान क्षेत्रात सुमारे १८ वर्षांचा अनुभव - सिंटेल, अमेरिकन एक्सप्रेस, डॉयचे बँक, एलअँडटी इन्फोटेक आणि आयफ्लेक्स सोल्युशन्स (आता ओरॅकल) इथे विविध प्रकारच्या जबाबदाऱ्या सांभाळल्या.
- आयफ्लेक्स सोल्युशन्स (आता ओरॅकल) इथे कन्सल्टिंग प्रॅक्टिस डायरेक्टर म्हणून १२ वर्षे काम
- सिंबायोसिस तसेच पुणे विद्यापीठ इथल्या अनेक कॉलेजेसमध्ये व्हिजिटिंग लेक्चरर म्हणून १५ वर्षांचा अनुभव
- जवळपास ६० पुस्तकांचे लिखाण – इंग्लिशमध्ये २९ आणि उरलेली मराठी. संगणकक्षेत्रातल्या विद्यार्थ्यांसाठी तसेच प्रोफेशनल्ससाठी नेटवर्क सिक्युरिटी, वेब टेक्नॉलॉजी, ऑपरेटिंग सिस्टिम्स, डेटाबेस मॅनेजमेंट, डेटा कम्युनिकेशन्स, सी प्लस प्लस अशा अनेक पाठ्यपुस्तकांचे लिखाण, त्यामधली अनेक पुस्तके भारतामधल्या तसेच काही परदेशांमधल्या जवळपास ५० विद्यापीठांमध्ये पाठ्यपुस्तक म्हणून वापरली जातात, दोघांचा चिनी भाषेत अनुवाद
- *क्रिप्टोग्राफी अँड नेटवर्क सिक्युरिटी* या पुस्तकाच्या सव्वा लाखाहून अधिक प्रतींची विक्री
- मराठीमध्ये इतिहास, अर्थशास्त्र, वैद्यकशास्त्र, राजकारण, विज्ञान, तंत्रज्ञान, चरित्र, क्रिकेट अशा वेगवेगळ्या विषयांवरची पुस्तके
- लिखाणासाठी ग्रंथकार पुरस्कार, स्वातंत्र्यवीर सावरकर पुरस्कार, महाराष्ट्र राज्य शासनातर्फे अर्थशास्त्रविषयक लिखाणासाठी चिंतामणराव देशमुख पुरस्कार; तर संगणकक्षेत्रामधल्या कामासाठी इंद्रधनू– महाराष्ट्र टाइम्स पुरस्कार, कम्प्युटर सोसायटी ऑफ इंडिया ॲवार्ड फॉर आयटी एज्युकेशन अँड लिटरसी, इंदिरा एक्सलन्स ॲवार्ड, सर्व्हिस एक्सलन्स ॲवार्ड, जी आर फौंडेशन ॲवार्ड असे अनेक पुरस्कार
- अनेक मान्यवर वर्तमानपत्रांमध्ये नियमित लेखन; तसेच सगळ्या मराठी टीव्ही चॅनेल्सवर अनेक कार्यक्रम
- क्रिकेटच्या आंतरराष्ट्रीय सामन्यांमध्ये स्कोअरर आणि आकडेवारीतज्ज्ञ म्हणून काम करण्याचा अनुभव
- e-mail : akahate@gmail.com

www.ingramcontent.com/pod-product-compliance
Lightning Source LLC
LaVergne TN
LVHW040818051026
849519LV00007BA/2667
9789386204974